கடலும் ஒரு கிழவனும்

எர்னெஸ்ட் ஹெமிங்வே

ஆங்கிலத்திலிருந்து தமிழில்

ஆயிரம். நடராஜன்

தடாகம்

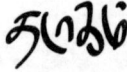

கடலும் ஒரு கிழவனும் - நாவல்

- ***ஆசிரியர்:*** எர்னெஸ்ட் ஹெமிங்வே
- ***ஆங்கிலத்திலிருந்து தமிழில்:*** ஆயிரம். நடராஜன்
- ***முதற்பதிப்பு:*** *அக்டோபர் 2021* ◆ ***அட்டை ஓவியம்:*** காமேஷ்வரன்
- ***அட்டை வடிவமைப்பு:*** வெ. பாலாஜி ◆ ***பக்க வடிவமைப்பு:*** கி. ஆஷா

Book Name & Author Name: ***The Old Man and the Sea*** - a English Novel by ***Ernest Miller Hemingway,*** Translated in Tamil by ***Ayiram. Natarjan***

Tamil Translation © Thadagam, Chennai, 2021

Published by:

THADAGAM
No.112, First Floor, Thiruvalluvar Salai
Thiruvanmiyur, Chennai 600 041
Ph: +91-98400-70870
www.thadagam.com | info@thadagam.com

ISBN: 978-81-952688-9-4

Published on October 2021

Price: ₹ 120

நூல் அறிமுகம்

எர்னெஸ்ட் மில்லர் ஹெமிங்வே கியூபாவில் வாழ்ந்தபோது, 1951ஆம் ஆண்டு எழுதி, 1952ஆம் ஆண்டு வெளிவந்த நாவல் 'The Old Man and the Sea', எதிர்பாராத உடனடி வரவேற்பைப் பெற்றது. இரண்டு நாட்களில் ஐந்து மில்லியன் பிரதிகள் விற்றுத் தீர்ந்தன. மேலும், 1953ஆம் ஆண்டு மே மாதம், இலக்கியத்துக்கான புலிட்சர் விருதைப் பெற்றது. ஹெமிங்வேக்கு 1954இல் இலக் கியத்தில் நோபல் பரிசு வழங்கப்பட்டபோது, இந்தக் குறுநாவலில் கதை சொல்வதில் அவர் கையாண்ட முறை, அவர் நிகழ்த்திய பெருஞ் சாதனையாகக் குறிப்பிடப்பட்டுள்ளது.

மேலும், இந்நூல் 1958 மற்றும் 1990ஆம் ஆண்டுகளின் இரண்டு முறை திரைப்படங்களாகவும், 1999ஆம் ஆண்டு அசைவூட்டம் பெற்ற குறும்படமாகவும் மக்களிடையே கொண்டுசெல்லப்பட்டது. இந்தக் குறும்படம் பதினான்கு விருதுகளை வென்றது.

இந்த நூலின் முக்கியத்துவத்தை உணர்த்தும் வகையில் அமைந் தவை 1940ஆம் ஆண்டிலிருந்து அடுத்த பத்து ஆண்டுகள் நடை பெற்ற சம்பவங்களாகும்.

1940ஆம் ஆண்டு வெளிவந்த அவரது 'For Whom the Bell Tolls' என்ற போர்க்கால நாவல் பெரும் வெற்றியைக் கொடுத்து; அவரை எழுத்துலகில் புகழின் உச்சத்துக்குக் கொண்டுசென்றது. ஆனால், பத்து ஆண்டுகளுக்குப் பின்னர் வெளிவந்த அவரது, 'Across the River and into the Trees' என்ற நாவல் மிகவும் மோசமான விமர்சனத்திற் குள்ளானது; அது அவரை பெரிய அளவில் பாதித்தது. அவர் கொந்தளித்துப்போனார். அந்த வேதனையே அவரைச் சாதனையாள ராக உருமாற்றம் செய்தது. இழந்த நன்மதிப்பையும், புகழையும் மீட் டெடுக்க, அவர் எட்டே வாரத்தில் இந்த நாவலை எழுதி வெற்றியும் கண்டார். அவர் ஒரு சிறந்த எழுத்தாளராக இன்றும் அனைவர் மனதிலும் நிலைத்து வாழ்கிறார்.

இந்த நாவலின் கண்ணுக்குத் தெரியாத கதைசொல்லி, நடப்பில் உள்ள நிகழ்வுகளை நன்கு அலசி ஆராய்ந்து, அதன் அடிப்படையில்

தடாகம் 3

அடுத்து நடக்கவிருக்கும் நிகழ்வுகளை அறியும் வல்லவனாக இருக்கிறான். பின்னர் நிகழப்போவதைத் தொடர் சங்கிலியாக அங்கங்கே குறிப்புகளாக விதைத்துச் செல்கிறான்.

வாசிப்பாளர்களை எளிதாக ஏமாறச் செய்யும் எளிமையான, குறைவான வார்த்தைகளையும் வாக்கியங்களையும் பயன்படுத்தி புனைவுகள் புனைவதில் வல்லவரான ஹெமிங்வே உருவாக்கிய 'பனிப்பாறைக் கோட்பாடு' (Iceberg Theory) முறைப்படி வார்த்தைகளைச் சிக்கனமாகப் பயன்படுத்தி எழுதப்பட்ட இந்நூல், அவர் சொல்லாமல் சொல்லும் பொருளைப் புரிந்துகொள்ள வாசிப்பாளர்களை வற்புறுத்துகிறது; அடுத்தடுத்த ஆழ் நிலைகளில் மீள் வாசிப்பை அவசியமாக்குகிறது.

இந்த நாவலின் பல பகுதிகள் தொடர் உருவகமாகச் சொல்லப்படுகின்றன. மேலோட்டமாக வாசிக்கும்போது ஒரு பொருளையும், ஆழ்ந்து வாசித்தால் அதன் உட்பொருளையும் உணரலாம். எடுத்துக்காட்டாக, கதையின் தொடக்க நிலையில் வரும் சில வாக்கியங்களைக் கூறலாம். 'தொடர்ந்து எண்பத்து நான்கு நாட்கள் ஒரு மீன்கூடக் கிடைக்காத நிலையில் முதியவன் ஒருவன் தனியாக அவனுடைய படகில் வளைகுடா நீரோட்டத்தில் மீன்பிடித்துக்கொண்டிருந்தான்' என்ற வாக்கியம் முதியவனின் வயோதிகத்தையும், வறுமையையும், தனிமையையும் உணர்த்துகிறது. அதுபோலவே, 'முதியவனின் கண்களைத் தவிர அவனைப் பற்றிய எல்லாமே வயதானவை, கடல் நிறத்திலுள்ள அவன் கண்களோ குதூகலமானவை, தோல்வியே கண்டிராதவை' என்ற வாக்கியத் தொடர், முதியவன் உடலால் பலவீனமானவனாக இருந்தாலும், உள்ளத்தில் உறுதி மிக்கவன் என்பதையும், கடல்மீதும் கடல் உயிரினங்கள்மீதும் அவனுக்கிருந்த ஆழ்ந்த பிணைப்பையும் வெளிப்படுத்துகிறது.

அடுத்து, சாண்டியாகோவின் கைகளிலிருந்த மடிப்புகளுடையத் தழும்புகள், 'மீனில்லாப் பாலைவன மணலில் காற்றின் அரிப்புகள் ஏற்படுத்திய மேடுகள்போல் பழமையானவை' என்ற கூற்று, இளமையில் அவன் மிகச் சிறந்த மீனவனாகச் செயல்பட்டதையும், இப்போது முதுமையில் தொடர்ந்து எண்பத்து நான்கு நாட்கள் ஒரு மீன்கூடக் கிடைக்காமல் அல்லாடுவதையும் உருவகமாகச் சொல்வதாகும்.

இம்மாதிரியான சொற்றொடர்களுக்கான முழு விளக்கங்களைக் கதை நகர்ந்து கடலுக்குச் செல்லும் போதும் நம்மால் உணர முடிகிறது. இவை, சில எடுத்துக்காட்டுகள் மட்டுமே. கதை

முழுவதுமே இதுபோல் உருவக முறையிலேயே ஹெமிங்வே கதை சொல்லிச் செல்கிறார்.

கியூபா மக்களின் மதப் பற்றுகளையும், அவர்கள் கடைப்பிடித்த மதக் கோட்பாடுகளையும் அங்கங்கே வலியுறுத்துகிறார். சாண்டியாகோ, (St.James – புனித யாக்கோபு) மனோலின், (Immauel – இம்மானுவேல் – பொருள் – இறைவன் எங்களுடன்) பெரிக்கோ மற்றும் பெட்ரிக்கோ (St.Peter – புனித இராயப்பர்), மார்ட்டின் (St.Martin) ஆகிய பெயர்கள் வேதாகமங்களில் காணக் கிடைக்கும் பெயர்களின் உருமாற்றங்களாக அடையாளம் காணப்படுகின்றன. மேலும், இவர்களில் புனித யாக்கோபும் புனித இராயப்பரும் மீனவர்கள் என்று அறியமுடிகிறது. அதுபோலவே, 'எண்பத்து நான்கு நாட்கள் தொடர்ந்து ஒரு மீன்கூடக் கிடைக்காத நிலையில், முதல் நாற்பது நாட்கள் முதியவனுடன் மீன்பிடிக்கச் சென்ற சிறுவன்... ...' என்ற தொடரில், நாற்பது நாட்கள் என்ற பதமும், மற்றும் சிறுவன் மற்றொரு படகில் மீன்பிடித்த போது, முதல் வாரத்திலேயே அவனுக்கு 'மூன்று' நல்ல மீன்கள் கிடைத்தது... ... என்ற தொடரில் மூன்று என்ற பதமும் மதக் கோட்பாடுகளைப் பிரதிபலிப்பவையாகவும் விளக்கங்கள் பெறுகின்றன.

இயற்கை விதிகள் வாழ்வியல் தத்துவங்களாகின்றன. வறுமையில் வலிமையும், இருமையில் ஒருமையும் வாழ்க்கை முழுமை அடைய வழிகளாகின்றன. கடல், பெண்மையும் ஆண்மையும் கலந்ததாகவும், அன்பானதாகவும் கொடூரமானதாகவும், வலுவற்ற உயிரினங்களுக்கும் வன்மையான உயிரினங்களுக்கும் உறைவிடமாகவும் வருணிக்கப்படுகிறது. இயற்கையோடு இணைந்த, இயற்கையை நேசிக்கிற நெறி முறைகள் நிறைந்து கிடக்கின்றன. மீன்கள், பறவைகள், நிலா மற்றும் நட்சத்திரங்கள் எல்லாமே சாண்டியாகோவின் சகோதரர்களாகின்றனர்.

எதிர் எதிர் துருவத் தன்மைகள் இணைந்து ஒருமையை உண்டாக்குகின்றன. ஒளிக்கதிர்கள் வீசி வழுவழுப்பாக, அழகின் அடையாளமாகத் தோற்றமளிக்கும் கடல் ஜெல்லிகள், உயிரைக் கொல்லும் நச்சுத்தன்மை கொண்டவை. வனப்பாகவும் கம்பீரமாகவும் காட்சி தரும் மாக்கோ சுறாக்கள் கொடூரத்தன்மை கொண்டவை. இவ்வாறான முரண்பாடுகள் ஒன்றிணைந்து ஒன்றாகின்றன.

அதனால்தான் கடலும் ஒரு கிழவனும் என்ற இந்தப் புதினம், செவ்வியல் இலக்கியமாக, கவித்துவம் நிறைந்த காவியமாக இன்றும் நிலைத்து வாழ்கிறது.

ஆசிரியர் அறிமுகம்

எர்னெஸ்ட் மில்லர் ஹெமிங்வே என்ற அமெரிக்க எழுத்தாளர் ஆங்கிலத்தில் 'The Old Man and the Sea' என்ற தலைப்பில் எழுதி வெளிவந்த குறுநாவல், தமிழில் கடலும் ஒரு கிழவனும் என்ற தலைப்பில் மொழிபெயர்க்கப்பட்டுள்ளது.

தோற்றம்: ஜூலை 12, 1899, ஓக் பார்க், இல்லினாய், அமெரிக்கா.

மறைவு: ஜூலை 2, 1961, கெச்சம், இடாஹோ, அமெரிக்கா.

தந்தை: கிளாரன்ஸ் எட்மண்ட்ஸ் ஹெமிங்வே, மருத்துவர்.

தாய்: கிரேஸ் ஹால் ஹெமிங்வே, இசைக் கலைஞர்.

1899இல் பிறந்த எர்னெஸ்ட் மில்லர் ஹெமிங்வே இருபதாம் நூற்றாண்டின் மிகவும் புகழ்பெற்ற எழுத்தாளர்களில் ஒருவராகக் கருதப்படுகிறார். நாவலாசிரியர், சிறுகதைகள் எழுத்தாளர், பத்திரிகை யாளர், விளையாட்டு வீரர் எனப் பன்முகத்தன்மை கொண்டவர். அவரது தந்தையைப் போலவே, அவரும் வேட்டையாடுவதிலும், ஆழ்கடலில் மீன்பிடிப்பதிலும், வீரதீரச் செயல்கள் புரிவதிலும் மிகுந்த ஈடுபாடு கொண்டிருந்தார்.

இத்தாலி, பிரான்ஸ், ஆப்பிரிக்கா, கனடா, இங்கிலாந்து, சீனா, ஸ்பெயின், கியூபா ஆகிய நாடுகளுக்குப் பயணம் செய்திருக்கிறார். இவற்றில் சில நாடுகளில் சில காலம் வாழ்ந்திருக்கிறார். கியூபாவில் ஹவானா நகருக்கு அருகே அவருக்குச் சொந்தமான வீட்டில் கிட்டத்தட்ட ஒரு தசாப்தத்திற்கும் கூடுதலாக வாழ்ந்திருக்கிறார்.

முதல் உலகப் போரின் போது, கண்பார்வைக் குறைபாடு காரண மாக அவர் இராவணுவப் பணிக்குத் தேர்வாகவில்லை; ஆனாலும், இராணுவப் பணி மீது அவருக்கு இருந்த ஈர்ப்பினால், செஞ்சிலுவைச் சங்கம் மூலமாக ஆம்புலன்ஸ் ஓட்டுனராக இத்தாலியில்

பணியாற்றினார். அப்போது, பீரங்கிக் குண்டுகளின் சிதறல்களால் இரண்டு கால்களிலும் மோசமாகக் காயமடைந்த அவர், ஆறு மாதக் காலம் தீவிர சிகிச்சை பெற்று மீண்டெழுந்தார்.

அதுபோலவே, ஆப்பிரிக்கப் பயணத்தின்போதும் அடுத்தடுத்து விபத்துகளில் சிக்கிக் காயமுற்று, அவற்றின் பாதிப்புகளைத் தன் வாழ்நாள் முழுவதும் தாங்கிச் சென்றிருக்கிறார். இரண்டாம் உலகப் போரின்போது போர்க்களச் செய்தியாளராகவும், ஒற்றராகவும் பணியாற்றியிருக்கிறார்.

அவர் வாழ்ந்த நூற்றாண்டில் எழுத்துலகில் ஆழ்ந்த தாக்கத்தை ஏற்படுத்தியவர். அவர் படைத்து உருவாக்கிய 'பனிப்பாறை எழுத்து முறை' (Iceberg Theory), உலக அரங்கில் அவரை ஒரு மாபெரும் எழுத்தாளராக அடையாளம் காட்டியது.

முதல் உலகப் போரின் கொடூரத்தை நேரடியாகக் கண்டு, அந்த அனுபவத்தைப் பின்னணியாகக் கொண்டு அவர் எழுதி 1929இல் வெளிவந்த, 'A Farewell to Arms' என்ற நாவல், ஹெமிங்வேக்குப் பெரிய அளவில் பேரும் புகழும் பெற்றுத் தந்தது.

அது போன்றே, 1940இல் வெளியிட்ட, 'For Whom The Bell Tolls' என்ற நாவலும் மிகுந்த வரவேற்பைப் பெற்று சாதனை படைத்தது.

இரண்டாம் உலகப் போரில் பங்கேற்றதாலும், வேறு பல காரணங்களாலும் தொடர்ந்து எழுத்து வேலையில் அவரால் ஈடுபட இயலவில்லை. அதன்பின், அவர் எழுதி, 1950இல் வெளியிட்ட, 'Across the River and into the Water' என்ற நாவல் மிகப் பெரிய தோல்வியைத் தழுவியது; மோசமான விமர்சனத்துக்குள்ளானது.

அதன் விளைவாக, அவர் நலிந்து வரும் எழுத்தாளராக இலக்கிய உலகில் பேசப்பட்டார். இதனால் மனமுடைந்து கொந்தளித்த ஹெமிங்வே, இழந்த பெருமையையும் மரியாதையையும் மீட்டெடுக்க, அவரது மனத்தை ஒருமுகப்படுத்தி, மிகுந்த ஈடுபாட்டுடன் எட்டு வாரத்தில் எழுதி முடித்து, 1952இல் வெளிவந்த நாவல், இந்த மொழிபெயர்ப்பின் மூல நூலான, 'The Old Man and the Sea' என்பதாகும். இந்நூலை எழுதி முடித்து அதைப் பதிப்பாசிரியருக்கு அனுப்பும் போது அவர் எழுதிய கடிதத்தில், "என் வாழ்நாளில் என்னால் மிகச் சிறப்பாக எழுத முடிந்த நாவல் இது" என்று குறிப்பிட்டிருந்தார்.

அதுபோலவே, அந்த நாவல் மிகச் சிறந்த வெற்றியை அவருக்குத் தேடித் தந்தது; விற்பனையில் உலக சாதனை படைத்தது; ஒரு தலைமுறையின் சிறந்த எழுத்தாளர் என்ற பெயரையும் ஈட்டித் தந்தது. வலி ஒரு மனிதனை வலிமை அடையச் செய்யும் என்பதற்கு எடுத்துக்காட்டாகத் திகழ்ந்தது.

இந்த நூல், 1953ஆம் ஆண்டின் புலிட்சர் இலக்கிய விருதைப் பெற்றது. 1954ஆம் ஆண்டு இலக்கியத்தில் அவர் நோபல் பரிசு பெறுவதற்கும் இந்த நாவல் ஒரு காரணமாயிற்று. நோபல் பரிசு வழங்கப்பட்டதற்கான குறிப்புகளில், இந்த நூலில் பயன்படுத்தப் பட்ட கதை சொல்லும் பாணி பாராட்டைப் பெற்றது.

அவர் நோய்வாய்ப்பட்டுப் பயணம் செய்ய முடியாத நிலையில், ஸ்வீடனுக்கான அப்போதைய அமெரிக்கத் தூதர் ஜான் எம். கபோட், அவர் சார்பில், அவரின் ஏற்புரையை வாசித்தார்; பரிசையும் பெற்று வந்தார். இச்செயல், அமெரிக்க அரசு ஹெமிங்வேக்கு அளித்த மாபெரும் மரியாதையாகக் கருதப்படுகிறது.

கியூபா நாட்டுடனும், அந்நாட்டு மக்களுடனும் அவருக்கு இருந்த ஆழ்ந்த பிணைப்பால், அவர் பெற்ற நோபல் பரிசை அந்நாட்டு மக்களுக்கு அர்ப்பணித்தார்; பதக்கத்தை கியூபாவின் எல் கோப்ரே விலுள்ள மாதா பேராலயத்தில் காட்சிப் பொருளாக்கினார்.

ஆழ்கடல் மீன்பிடிப்பில் நாட்டமுள்ள ஹெமிங்வே, கியூபாவில் வாழ்ந்தபோது, ஒரு புதுப் படகைச் சொந்தமாக்கி அதற்கு ‘பிலார்’ என்று பெயரிட்டார். கிரிகோரியோ ஃப்யூயெண்டெஸ் என்ற தனது மாலுமியிடமிருந்து மீன்பிடித் தொழில்நுட்பங்களையும், கடல்வாழ் உயிரினங்களின் வாழ்வியல்களையும் கற்றறிந்தார். அவையே இந்நூலில் இழைகளாகப் பின்னப்பட்டிருக்கின்றன.

அவரது படைப்பில், மொத்தம் ஏழு நாவல்களும், ஆறு சிறுகதைத் தொகுப்புகளும், பல கட்டுரைகளும் வெளிவந்துள்ளன. அவற்றில் பல அவர் மறைவுக்குப் பின்னரே வெளியிடப்பட்டன.

அவரது தனிப்பட்ட வாழ்க்கையிலும் அதிகத் துன்பங்களைச் சந்தித்துவந்திருக்கிறார். நான்கு முறை திருமணம் செய்துள்ளார். நிறைவேறாத காதல் பற்றிய குறிப்புகளும் காணப்படுகின்றன. மூன்று குழந்தைகளின் தந்தை இவர்.

1928ஆம் ஆண்டு அவரது தந்தை தானாகவே தனது வாழ்வை முடித்துக்கொண்ட நிகழ்வு ஹெமிங்வேயைப் பலமாகப் பாதித்தது.

தனது வாழ்வின் கடைசி காலத்தில் நோய்வாய்ப்பட்டு பல துயரங்களை அனுபவித்த ஹெமிங்வே, 1961இல் அவராகவே மீளாத துயிலில் மூழ்கினார்; மறைந்தும் வாழ்கிறார். சாகாவரம் பெற்ற சாண்டியாகோவை நமக்கு விட்டுச்சென்றிருக்கிறார்.

வாழ்க்கையில் அவர் அடைந்த வெற்றிகள் மற்றும் துயரங்களின் பிரதிபலிப்பு, இக்கதையின் நாயகன் சாண்டியாகோவின் வெற்றி களிலும் துயரங்களிலும் காணப்படுகின்றன. ஆராய்ச்சியாளர்கள், சாண்டியாகோவிற்குக் கிடைத்த காவியப் பரிசான ஈட்டி மீனை, ஹெமிங்வேய்க்குக் கிடைத்த இலக்கியத்தில் நோபல் பரிசாகக் காண் கிறார்கள்.

அவரது மறைவுக்குப் பின்னரும், ஒரு சிறந்த எழுத்தாளருக்கான சகல அரசு மரியாதைகளும் அவருக்கு அளிக்கப்பட்டன. அவருடன் சம்பந்தப்பட்ட மூன்று வீடுகளும் தி நேஷனல் ரெஜிஸ்டர் ஆஃப் ஹிஸ்டாரிக் பிளேசஸ் என்ற பதிவேட்டில் சேர்க்கப்பட்டிருக்கின்றன. ஹவானாவில் அவர் வாழ்ந்த வீடு ஒரு அருங்காட்சியமாக மாற்றப் பட்டுள்ளது.

மொழிபெயர்ப்பாளர் அறிமுகம்

இந்நாவலின் மொழிபெயர்ப்பாளர் திரு. ஆயிரம். நடராஜன் அவர்கள் தூத்துக்குடி மாவட்டத்தில் விராக்குளம் என்னும் கிராமத்தில், விவசாயக் குடும்பத்தில் 1946இல் பிறந்தார். தனது கிராமத்தில் ஆரம்பக் கல்வியை நிறவுசெய்து, திருநெல்வேலி மாவட்டம் முனைஞ்சிப்பட்டி குரு சங்கர் கழக உயர்நிலைப் பள்ளியில் பதினோராவது வகுப்புவரைப் படித்தார்.

பாளையங்கோட்டை புனித யோவான் கல்லூரியில் பொருளாதாரத்தில் இளங்கலை பட்டம் பெற்று, கோயம்புத்தூர் பூ.சா.கோ. கலைக் கல்லூரியில் (தற்போது பூ.சா.கோ. கலை மற்றும் அறிவியல் கல்லூரி) பயின்று சமூகப் பணியியலில் முதுகலை பட்டம் பெற்றார்.

பூ.சா.கோ. பொறியியல் கல்லூரியில் ஆங்கிலத் துறையில் மூன்று ஆண்டுகள் ஆசிரியராக (டியூட்டர்) பணியாற்றினார்.

ஈரோடு மாவட்டம், பவானிசாகரில் இயங்கிய டி.டி.கே. குழுமத்தின், அட்டை ஆலை, விருதுநகர் மாவட்டம், ராமசாமிராஜாநகர், மதராஸ் சிமெண்ட் ஆலை (தற்போது, ராம்கோ சிமெண்ட் ஆலை), கரூர் மாவட்டம் புலியூர், செட்டிநாடு சிமெண்ட் ஆலை, நாமக்கல் மாவட்டம் பள்ளிபாளையம், சேஷசாயி காகித ஆலை, திருநெல்வேலி மாவட்டம் இலந்தைக்குளம், சேஷசாயி காகித ஆலை, செங்கல்பட்டு மாவட்டம் புக்கத்துறை, சோழன் காகித ஆலை ஆகிய நிறுவனங்களில் பணியாளர், தொழில் உறவு மற்றும் மனித வளத் துறையில் பல்வேறு பதவிகளில் கிட்டத்தட்ட நாற்பது ஆண்டுகள் பணியாற்றி, பொது மேலாளர்/ஆலோசகர் பதவி வகித்து, தனது பணியை நிறைவு செய்தார்.

வாசிப்பதில் ஆழ்ந்த ஈடுபாடு கொண்டவர். கல்கியின் 'பொன்னியின் செல்வன்' முதன் முதலில் தொடராக, கல்கி வார இதழில் வெளிவந்த போது, பதிமூன்று வயதில் அங்கிருந்து தனது

வாசிப்பைத் தொடங்கினார். தொடர்ந்து, தமிழ், ஆங்கில மொழி களில் பல வகையான மூல நூல்களையும், மொழிபெயர்ப்பு நூல் களையும் வாசித்து, தனது வாசிப்பை அகலப்படுத்திக்கொண்டிருக் கிறார்.

தற்போது, தனது இணையர் ஜெயமணி, இரண்டாவது மகள், கதிர்வீச்சு புற்றுநோயியல் சிறப்பு மருத்துவர் கிருஷ்ணப்ரியா, மருமகன், குழந்தைகள் கண் மருத்துவயியல் சிறப்பு மருத்துவர் ராஜேஷ்பிரபு, பேரன் முகுந்த் ஆகியோருடன் கோவையில் வசித்து வருகிறார்.

மொழிபெயர்ப்பாளர் உரை

"**வா**சிப்பு ஒரு மனிதனை முழுமையானவனாக்குகிறது; கலந்துரையாடல் ஆயத்தமானவனாக்குகிறது; எழுத்து துல்லியமானவனாக்குகிறது" - பிரான்சிஸ் பேக்கன்.

வாசிப்பாளர்கள் அனைவரும் எழுத்தாளர்களாக இருக்க வேண்டிய அவசியமில்லை; ஆனால், எழுத்தாளர்கள் எல்லாரும் கட்டாயமாக வாசிப்பாளர்களாக இருந்தே ஆக வேண்டும் எனப் பல அறிஞர்கள் வற்புறுத்திச் சொல்கிறார்கள். இது மொழிபெயர்ப்பாளர்களுக்கும் பொருந்தும் என்றும் சொல்கிறார்கள்.

நான் எழுத்தாளனும் இல்லை, மொழிபெயர்ப்பாளனும் இல்லை. வாசிப்பாளன் மட்டுமே. எனது வாசிப்பு, மொழிபெயர்க்கப்பட்ட நாவல்களையும், மொழிபெயர்ப்பு பற்றிய எழுத்துகளையும் உள்ளடக்கியது.

என்னுடைய வாசிப்பின் தாக்கம் எனக்கு மொழிபெயர்ப்பில் ஆர்வத்தை ஏற்படுத்தியது. வாசிப்பினால் நான் பெற்ற எனது இனிய நண்பர் முனைவர் விஸ்வநாதன் மஹாலிங்கம் அவர்கள், எனக்கு முதன் முதலில் மொழிபெயர்ப்பு உட்பட சில வேலைகளைத் தந்து, எனக்கு வழிகாட்டியாக இருந்து, மொழிபெயர்ப்பின் நுட்பங்களைக் கற்றுக்கொடுத்து உற்சாகப்படுத்தினார். அதன் பயன்தான் என்னை இந்த மொழிபெயர்ப்பு வேலையைத் துணிவுடன் ஏற்றுகொள்ளச் செய்தது. முனைவர் விஸ்வநாதன் மஹாலிங்கம் அவர்களுக்கு எனது மனமார்ந்த நன்றியைத் தெரிவித்துக்கொள்கிறேன்.

என்மீது நம்பிக்கை வைத்து, உலகப் புகழ்பெற்ற இந்த நாவலை மொழிபெயர்க்கும் பணியை எனக்கு அளித்து, இந்தப் புத்தகத்தின் அளவு மற்றும் அட்டைப்படம் முதற்கொண்டு அனைத்தையும் அழகாக வடிவமைத்து வெளியிடும் தடாகம் பதிப்பகப் பதிப்பாளர் திரு. அமுதரசன் பால்ராஜ் அவர்களுக்கு எனது உளம் நிறைந்த நன்றியைப் பதிவு செய்கிறேன்.

மேலும், எனது மொழிபெயர்ப்பை மெய்ப்புப் பார்த்து வடிவமைத்த திருமதி ஆஷா அவர்களுக்கும் எனது நன்றி உரியது.

மொழிபெயர்ப்பில் எனக்கு இருந்த ஆர்வத்தை அறிந்த சென்னை, பனுவல் புத்தக நிலையம் திரு. ஜி.முத்துகுமார் அவர்கள், எனக்கு திரு. அமுதரசன் பால்ராஜ் அவர்களுடன் தொடர்பு ஏற்படுத்திக் கொடுத்தார். அவருக்கு எனது நன்றியைத் தெரிவித்துக்கொள்கிறேன்.

இந்த மொழிபெயர்ப்பின் வரைவுகளைச் சரிபார்த்து, திருத்தம் செய்து கொடுத்த தமிழ் ஆசிரியர் திருமதி க. மருதவேணி செந்தில் குமார் அவர்களுக்கும் எனது நன்றியைத் தெரிவித்துக்கொள்கிறேன்.

எனது குடும்ப நண்பர் திரு. ப. நாகராஜ் அவர்கள் இந்த மொழியாக்கத்தைத் திருத்தம் செய்து அதன் தரத்தை உயர்த்தினார். அவருக்குரிய நன்றியை வெளிப்படுத்த எனது வார்த்தைகளின் போதாமையால், அவருக்கு 'எனது நன்றி' என்பதோடு நிறுத்திக் கொள்கிறேன்.

எனது குடும்பத்தாரின் பங்கு அளப்பற்கரியது. எனது இணையரும், அமெரிக்கா, பஹ்ரைன் மற்றும் கோயம்புத்தூரில் வாழும் எனது மக்களும் அவர்தம் இணையர்களும், இந்தப் பணியின் போது என்னை அடிக்கடி தொடர்புகொண்டு நல்லாலோசனைகள் வழங்கி ஊக்கம் அளித்தனர். நான் தளர்ந்தபோதெல்லாம் என்னைத் தூக்கி நிறுத்தினர். அனைவருக்கும் எனது நன்றி.

முக்கியமாக, மடிக்கணினி பயன்பாட்டில் எனக்குத் தேவை ஏற்பட்ட போதெல்லாம் என்னைத் தேடி வந்து எனக்கு வழிகாட்டிய எனது பதிமூன்று வயது பேரன் பாசமிகு முகுந்தின் பங்களிப்பும் போற்றத்தக்கது.

ஆயிரம். நடராஜன்

கதை காலம்

இந்த நூலை, பல கட்ட தொடர் ஆராய்ச்சிகளுக்கு உட்படுத்திய ஆராய்ச்சியாளர்களின் குறிப்புகள் வலைத்தளங்களில் பரவலாகக் காணக்கிடைக்கின்றன. அவற்றை ஆதாரமாகக் கொண்டு, இந்நூலின் கதை காலத்தைப் பின்கண்டவாறு கணிக்கிறார்கள்.

கதையின் முதல் பகுதி, நிலப்பரப்பில், 1950ஆம் ஆண்டு செப்டம்பர் மாதம் 13ஆம் தேதி செவ்வாய்க்கிழமை மாலையில் தொடங்குகிறது; மறுநாள், அதாவது செப்டம்பர் மாதம் 14ஆம் தேதி புதன்கிழமை காலையில் நிறைவு பெறுகிறது.

இரண்டாம் பகுதி பெரியது. நிலப்பரப்பில் தொடங்கி கடற் பரப்புக்கு நகர்கிறது. செப்டம்பர் மாதம் 14ஆம் தேதி புதன் கிழமை அதிகாலையில் தொடங்கி, செப்டம்பர் மாதம் 16ஆம் தேதி வெள்ளிக்கிழமை மதியம் நிறைவடைகிறது.

மூன்றாம் மற்றும் இறுதிப் பகுதி, செப்டம்பர் மாதம் 16ஆம் தேதி வெள்ளிக்கிழமை மதியம் தொடங்கி, செப்டம்பர் மாதம் 17ஆம் தேதி சனிக்கிழமை பிற்பகல் நிறைவடைகிறது.

இந்த அறிமுகங்களுடன், வாசகர்களைக் கதைக்கு அன்புடன் அழைக்கிறோம்.

வளைகுடா நீரோட்டத்தில், ஒரு படகில் வயது முதிர்ந்த ஒருவன் தனியாக மீன்பிடித்துக்கொண்டிருந்தான். கடந்த எண்பத்து நான்கு நாட்களாக அவனுக்கு ஒரு மீன்கூடக் கிடைக்கவில்லை. அதில் முதல் நாற்பது நாட்கள் ஒரு சிறுவன் அவனுடன் கடலுக்குச் சென்று வந்தான். மீன் எதுவும் கிடைக்காமல் நாற்பது நாட்கள் கடந்த நிலையில், சிறுவனின் பெற்றோர், முதியவன் அதிர்ஷ்டமில்லாதவன் என அவன் முதுகில் முத்திரை குத்தினர். மேலும், இப்போது அவன் 'சல்லொவ்' எனப்படும் துரதிர்ஷ்டத்தின் உச்சநிலையை உறுதியாகவும் இறுதியாகவும் அடைந்துவிட்டான் எனச் சிறுவனிடம் தெரிவித்தனர். ஆகையால், அவர்களின் வற்புறுத்தலால் சிறுவன் வேறொரு படகில் மீன்பிடிக்கச் சென்றான். அவன் அப்படகில் சென்ற முதல் வாரத்திலேயே, அவர்கள் மூன்று நல்ல மீன்களைப் பிடித்து வந்தனர். ஒவ்வொரு நாளும் முதியவன் மீனின்றி வெறும் படகுடன் திரும்புவது கண்டு சிறுவன் சோகம் அடைந்தான். அவன் எப்போதும் முதியவனுக்கு உதவி செய்வான். சுற்றி வைக்கப் பட்டிருக்கும் தூண்டில் கயிறு, தூண்டில் கொக்கி, குத்தீட்டி, பாய் மரக் கம்பம், அதில் சுற்றி வைக்கப்பட்டிருக்கும் பாய்மரத் துணி ஆகியவற்றை எடுத்து வருவதில் உதவுவான். மாவுச் சாக்கின் துண்டுத் துணிகளால் ஒட்டுப்போடப்பட்ட அவனது பாய்மரத் துணி, சுருட்டி வைக்கப்பட்டிருந்த நிலையில், நிரந்தரத் தோல்வியின் கொடியாகக் காட்சியளித்தது.

முதியவன் ஒல்லியாகவும் மெலிந்தும் இருந்தான். அவன் பிடரியில் ஆழமான சுருக்கங்கள் இருந்தன. கடற்பரப்பில் விழும் சூரிய ஒளியின் பிரதிபலிப்பின் விளைவாக, ஆபத்தில்லா தோல் புற்றுநோயின் பழுப்பு நிறக் கட்டிகள் அவன் கன்னங்களில் தோன்றியிருந்தன. அக்கட்டிகள், அவன் முகத்தின் இரு பக்கங்களின் கீழ்ப்பகுதிவரை பரவியிருந்தன. மேலும், தூண்டிற் கயிற்றில் மாட்டிக்கொண்ட அதிக எடையுள்ள மீன்களைக் கையாள்வதால் அவன் கைகளில் ஆழமான மடிப்புகளுடைய தழும்புகள் இருந்தன. ஆனால், அவற்றில் புதிதாகத் தோன்றியவை எதுவும் இல்லை. அவை மீன்களில்லாப்

பாலைவன மணலில், காற்றின் அரிப்புகள் ஏற்படுத்திய மேடுகள் போல் பழமையானவையாய் இருந்தன.

அவனது கண்களைத் தவிர அவனைப் பற்றிய எல்லாமே வயதானவைதான். இருப்பினும், கடல் நிறத்திலிருந்த அவனுடைய கண்களோ குதூகலமானவையாகவும் தோல்வியே கண்டிராதவையாகவும் இருந்தன.

படகு இழுத்துவைக்கப்பட்டிருந்த இடத்திலிருந்து அவர்கள் மேலே கரைக்கு ஏறி வரும்போது, "சாண்டியாகோ, நான் மறுபடியும் உன்னோடு மீன்பிடிக்க வருகிறேன். நாங்கள் கொஞ்சம் பணம் சம்பாதித்துவிட்டோம்" என்று சிறுவன் முதியவனிடம் சொன்னான்.

முதியவன் சிறுவனுக்கு மீன்பிடிக்கக் கற்றுக்கொடுத்திருந்தான், சிறுவனும் அவனை நேசித்தான்.

"வேண்டாம்" என்ற முதியவன், "நீ அதிர்ஷ்டமான படகில் இருக்கிறாய். அவர்களுடனேயே இரு" என்றான்.

"ஆனால், எண்பத்து ஏழு நாட்கள் உனக்கு மீன் எதுவும் கிடைக்காமல் இருந்ததையும், அதன் பிறகு மூன்று வாரங்கள் ஒவ்வொரு நாளும் நாம் பெரிய மீன்களைப் பிடித்தோம் என்பதையும் நினைத்துப் பார்."

"எனக்கு நினைவிருக்கிறது" என்று முதியவன் சொன்னான். "என் மீது ஐயம் கொண்டதால் நீ என்னை விட்டுப் போகவில்லை என்பது எனக்குத் தெரியும்."

"என் அப்பாதான் உன்னிடமிருந்து என்னை விலக வைத்தார். அவருக்குக் கீழ்ப்படிந்து நடக்க வேண்டிய சிறுவன் நான்."

"எனக்குத் தெரியும்" என்றான் முதியவன். "இது மிகவும் இயல்பானதுதான்."

"என் அப்பாவிற்கு அதிகம் நம்பிக்கையில்லை."

"அவருக்கு நம்பிக்கை இல்லை, ஆனால், நமக்கு இருக்கிறது அல்லவா?" என்று முதியவன் கேட்டான்.

"இருக்கிறது" என்று சொன்ன சிறுவன், "டெரஸ் உணவு விடுதியில் நான் உனக்கு ஒரு பீர் வாங்கித் தரலாமா? அதன் பின்னர் இந்தச் சாமான்களை வீட்டுக்கு எடுத்துப் போகலாம்" என்றான்.

"ஏன் கூடாது?" என்றான் முதியவன். "மீனவர்க்கிடையே இதெல்லாம் சகஜம்தான்."

இருவரும் டெரஸ் விடுதியில் அமர்ந்தார்கள். அங்கிருந்த மீனவர்களில் பலர் முதியவனைக் கிண்டலடித்தார்கள். ஆனால், அவனுக்குக் கோபம் வரவில்லை. வயதான மீனவர்கள் அவனைப் பார்த்து வேதனைப்பட்டார்கள். ஆனால், அவர்கள் அதை வெளியே காட்டிக் கொள்ளவில்லை. அவர்கள் தூண்டில் கயிறுகள் வீசிய இடத்தில் கடல்நீரின் வேகம், கடலின் ஆழம், மிகச் சீராக நிலவிய நல்ல காலநிலை மற்றும் அவர்கள் பார்த்தவை ஆகியவற்றைப் பற்றி தன்மையுடன் பேசினார்கள். அன்று மீன்பிடிப்பில் வெற்றி பெற்றிருந்த மீனவர்கள் ஏற்கனவே வந்திருந்தனர். அவர்கள் பிடித்த ஈட்டி மீன்களைப் பல கூறுகளாக வெட்டினார்கள். அவற்றை இரண்டு மரப் பலகைகளின் குறுக்கே நீளவாக்கில் பரப்பினார்கள். ஒவ்வொரு பலகையின் இரண்டு நுனிகளிலும் இரண்டு நபர்கள் அவற்றை மீன் கிடங்குக்குத் தள்ளாடியபடி சுமந்து சென்றார்கள். அங்கிருந்து ஹவானாவிலுள்ள சந்தைக்கு எடுத்துச் செல்வதற்காக குளிரூட்டப்பட்ட சரக்கு வண்டிகளுக்காகக் காத்திருந்தார்கள். சுறா மீன் பிடித்தவர்கள், அவற்றைச் சிறு வளைகுடாவின் மறுபுறமிருந்த சுறாமீன் தொழிற்சாலைக்கு எடுத்துச் சென்றிருந்தார்கள். அங்கு அம்மீன்களைக் கப்பி தாங்கியில் கயிற்றால் மேலே தூக்கிக் கட்டி, ஈரல்களை நீக்கினார்கள், இறக்கைகளை வெட்டி எறிந்தார்கள், தோல்களை உரித்தார்கள். அதன்பின், உப்பிட்டு பதப்படுத்துவதற்காக அவற்றின் சதைப்பகுதிகளை நீளத் துண்டுகளாக வெட்டினார்கள்.

கிழக்கு திசையில் காற்றடிக்கும்போது, சுறாத் தொழிற்சாலையிலிருந்து துறைமுகம் வழியாக ஒரு வாடை வரும். ஆனால், இன்று காற்று வடக்குநோக்கிச் சென்று வலுவிழந்து மறைந்ததால், மீன் வாடை மிகக் குறைந்த அளவிலேயே இருந்தது. டெரஸ் விடுதி, சூரிய ஒளி மிகுந்த மனமகிழ்ப் பகுதியாக மிளிர்ந்தது.

"சாண்டியாகோ" என்று சிறுவன் கூப்பிட்டான்.

"சொல்" என்றான் முதியவன். அவன் மதுக் கிண்ணத்தைக் கையில் ஏந்திய நிலையில் பல ஆண்டுகளுக்கு முன்னால் நிகழ்ந்த நிகழ்வுகளின் நினைவில் மூழ்கியிருந்தான்.

"நான் வெளியே போய் உனக்கு நாளைக்குத் தேவையான மத்தி மீன்கள் வாங்கி வரட்டுமா?"

தடாகம் 19

"வேண்டாம். நீ போய் பேஸ்பால் விளையாடு. என்னால் இன்னமும் துடுப்புப் போட முடியும். ரோகெலியோ வலையை வீசுவான்."

"நான் மத்தி மீன் வாங்க ஆசைப்படுகிறேன். என்னால் உன்னோடு மீன்பிடிக்கத்தான் வர முடியவில்லை. என்றாலும், ஏதாவது ஒரு வகையில் நான் உனக்கு உதவி செய்ய விரும்புகிறேன்."

"நீதான் எனக்கு ஒரு பீர் வாங்கிக் கொடுத்தாயே" என்று சொன்ன முதியவன், "நீ ஏற்கனவே பெரிய மனிதனாகிவிட்டாய்" என்றான்.

"முதல் முறையாக நீ என்னைப் படகில் கூட்டிச் சென்ற போது எனக்கு என்ன வயது?"

"ஐந்து வயது. மிகவும் வலிமையுடனிருந்த ஒரு மீனை அது சோர்வடைவதற்கு முன்னரே நான் படகுக்குக் கொண்டுவந்தேன். அந்த மீனால் நீ கொல்லப்படும் ஆபத்தில் இருந்தாய். மீன், படகைப் பல துண்டுகளாக உடைத்துப் போடும் நிலையில் இருந்தது. உனக்கு நினைவிருக்கிறதா?"

"எனக்கு நினைவிருக்கிறது. மீன் வாலால் அறைந்தது; படகின் குறுக்குச் சட்டத்தை அடித்து உதைத்தது; முட்டி மோதியது. அதைத் தடுத்து நிறுத்துவதற்காக நீ அதை உருட்டுக் கட்டையால் அடித்தாய். அதனால் மிகுந்த சத்தம் எழுந்தது. எல்லாமே எனக்கு நினைவிருக்கிறது. ஈரமான தூண்டில் கயிறுகள் சுற்றி வைக்கப்பட்டிருந்த படகின் முன்பகுதிக்கு என்னை நீ தூக்கி எறிந்தாய். முழுப் படகும் நடுங்குவதுபோல் உணர்ந்தேன். மரத்தை வெட்டிச் சாய்ப்பதுபோல், நீ அந்த மீனை உருட்டுக் கட்டையால் அடித்த சத்தம், என் உடல் முழுவதும் படர்ந்த இரத்தத்தின் இனிய மணம் அனைத்துமே எனக்கு நினைவிருக்கிறது."

"உனக்கு உண்மையாகவே நினைவிருக்கிறதா அல்லது நான் ஏற்கனவே இதை உனக்குச் சொல்லிவிட்டேனா?"

"முதன் முதலில் நாம் இருவரும் சேர்ந்து கடலுக்குச் சென்ற நாளிலிருந்து நடந்தவை எல்லாம் எனக்கு நினைவிருக்கிறது."

சூரிய ஒளிக் கதிர்களின் தாக்கத்துக்குள்ளான, தன்னம்பிக்கை நிறைந்த, அன்பு ததும்பிய கண்களால் முதியவன் சிறுவனைப் பார்த்தான்.

"நீ எனது மகனாய்ப் பிறந்திருந்தால், நான் உன்னை வெளியே கூட்டிச்சென்று எனது அதிர்ஷ்டத்தைப் பரிசோதித்திருப்பேன்" என்று முதியவன் சொன்னான். "ஆனால், நீ உன்னுடைய தகப்பனுக்கும் தாய்க்கும் சொந்தமானவன். மேலும் நீ ஒரு அதிர்ஷ்டமான படகில் இருக்கிறாய்."

"நான் மத்தி மீன்கள் வாங்கி வரட்டுமா? நான்கு தூண்டில்களுக்கான இரைகள் எங்கு கிடைக்கும் என்பதும் எனக்குத் தெரியும்."

"இன்று பயன்படுத்தியது போக மீதம் என்னிடம் இருக்கின்றன. அவற்றைப் பெட்டியிலுள்ள உப்பில் போட்டு வைத்திருக்கிறேன்."

"புதிதாக நான்கு மீன் இரைகள் வாங்கி வருகிறேன்."

"ஒன்று போதும்" என்றான் முதியவன். அவனது நம்பிக்கையும் தன்னம்பிக்கையும் ஒருபோதும் அவனை விட்டுப் பிரியவில்லை. மாறாக, இப்போது காற்றின் வேகம் அதிகரித்ததால் அவை புத்துணர்ச்சியுற்றன.

"இரண்டு" என்றான் சிறுவன்.

"சரி இரண்டு" முதியவன் உடன்பட்டான். "அவற்றைத் திருடவில்லையே?"

"தேவையானால் திருடுவேன்" என்ற சிறுவன், "ஆனால், இவற்றை நான் விலைக்கு வாங்கினேன்" என்றான்.

"நன்றி" என்றான் முதியவன். இந்தத் தன்னடக்க நிலையை அவன் எப்போது அடைந்தான் என வியக்கத் தெரியாத அளவுக்கு அவன் எளிமையானவன். ஆனால், அவன் தன்னடக்கம் அடைந்துவிட்டான் என்பதும், அது ஒன்றும் இழிவானது இல்லை என்பதும், உண்மையான பெருமைக்கு அதனால் இழப்பில்லை என்பதும் அவனுக்குத் தெரியும்.

"இப்போதுள்ள நீரோட்டம் நீடித்தால் நாளை ஒரு நல்ல நாளாக இருக்கும்" என்று அவன் சொன்னான்.

"நீ எங்கே போவதாக இருக்கிறாய்?" என்று கேட்டான் சிறுவன்.

"வெகு தூரம் செல்வேன். ஆனால், காற்று திசை மாறும் போது கரைக்குத் திரும்பிவிடுவேன். விடியலுக்கு முன்பாகவே நான் கடலுக்குச் செல்ல விரும்புகிறேன்."

"அவனை அதிக தூரம் அழைத்து வர முயற்சி செய்கிறேன்" என்று சிறுவன் சொன்னான். "உன்னுடைய தூண்டிலில் பெரிதாக ஏதாவது ஒன்று மாட்டினால் நாங்கள் உனது உதவிக்கு வர முடியும்."

"அவனுக்கு வெகு தூரம் சென்று மீன்பிடிக்க விருப்பமில்லையா?"

"இல்லை" என்ற சிறுவன் தொடர்ந்தான், "ஆனால், அவனால் பார்க்க முடியாதவற்றை என்னால் பார்க்க முடியும். உதாரணமாக, ஒரு பறவை ஒரு மீனைப் பிடிப்பதை அவனால் பார்க்க முடியாது. ஒரு டால்ஃபினைத் துரத்திச் செல்ல அவனுக்கு உதவி செய்வேன்."

"அவனுடைய கண்கள் அந்த அளவு மோசமடைந்துவிட்டனவா?"

"கிட்டத்தட்ட அவன் பார்வை இழந்துவிட்டான்."

"இது விசித்திரமாயிருக்கிறது" என்று சொன்ன முதியவன், "அவன் ஆமை வேட்டைக்கு ஒருபோதும் சென்றதில்லையே. ஆமை வேட்டைதான் கண்களைக் கடுமையாகத் தாக்கும்" என்றான்.

"ஆனால், வருடக் கணக்கில் நீ மஸ்கிட்டோ கடற்கரையருகே ஆமை பிடித்திருக்கிறாயே. உனது கண்கள் நன்றாகத்தானே இருக்கின்றன."

"நான் ஒரு விசித்திரமான முதியவன்."

"ஆனால், நீ உண்மையிலேயே ஒரு பெரிய மீனுக்கு ஈடுகொடுக்க வல்லவனா?"

"நான் அப்படித்தான் நினைக்கிறேன். மேலும், தனித்துவமான உத்திகள் பல உள்ளன."

"இப்போது நாம் இந்தச் சாமான்களை வீட்டுக்கு எடுத்துப் போகலாம்" என்று சிறுவன் சொன்னான். "நான் எறிவலைகளை எடுத்துச் சென்றால் மத்தி மீன்கள் பிடிக்க ஏதுவாக இருக்கும்" என்றும் சொன்னான்.

அவர்கள் படகிலிருந்த மீன்பிடித் தளவாடங்களை எடுத்தார்கள். பாய்மரத்தை முதியவன் தனது தோளில் சுமந்து சென்றான். இறுக்க மாகப் பின்னப்பட்டிருந்த, சுற்றி வைக்கப்பட்டிருந்த தூண்டிற் கயிறுகள் இருந்த மரப்பெட்டி, குத்தீட்டி, மீன்கொக்கி மற்றும் அதன் கம்பு முதலியவற்றைச் சிறுவன் எடுத்துச் சென்றான். படகில் கொண்டுவரப்படும் பெரிய மீன்களை அடித்துச் செயலிழக்கச் செய்வதற்குப் பயன்படுத்தப்படும் உருட்டுக் கட்டையும் தூண்டில்

இரைகளடங்கிய பெட்டியும் படகின் பின்பகுதியின் அடித்தளத்தில் இருந்தன. ஒருவரும் முதியவனிடமிருந்து திருட மாட்டார்கள். இருப்பினும், பனித்துளிகள் அவற்றுக்குக் கெடுதல் செய்யக்கூடும் என்பதால் பாய்மரத் துணியையும் கனத்த தூண்டிற் கயிறுகளையும் வீட்டுக்கு எடுத்துச் செல்வது அவனுக்கு உகந்ததாகப்பட்டது. மேலும், உள்ளூர் மக்கள் எவரும் அவனிடமிருந்து திருட மாட்டார்கள் என்று உறுதியாக நம்பினாலும், படகில் விட்டுச் செல்லும் குத்தீட்டியும் கொக்கியும் தேவையில்லாத வீண் சபலத்தை ஏற்படுத்தும் என முதியவன் நினைத்தான்.

இருவரும் சாலை வழியாக நடந்து முதியவனின் குடிசையை அடைந்து, திறந்திருந்த வாசல் வழியாக உள்ளே சென்றார்கள். பாய்மரத் துணியால் சுற்றப்பட்டிருந்த பாய்மரத்தை முதியவன் சுவரில் சாய்த்து வைத்தான். சிறுவன், அதன் அருகில் பெட்டியையும் சாமான்களையும் வைத்தான். பாய்மரத்தின் நீளம் கிட்டத்தட்டக் குடிசையின் ஓர் அறையின் நீளத்துக்குச் சமமாயிருந்தது. மெக்ஸிகோ நாட்டைச் சேர்ந்த 'குவானா' என்று அழைக்கப்படும் மிகவும் உயர்ந்து வளரும் பனைமரத்தின் இளங்குருத்துகளாலான உறுதியான தட்டைகளால் அவனுடைய குடிசை வேயப்பட்டிருந்தது. குடிசைக் குள் ஒரு படுக்கை, ஒரு மேஜை, ஒரு நாற்காலி ஆகியவை இருந்தன. மேலும் மிகவும் அழுக்கடைந்த தரையில் மரக்கரியால் சமைப்பதற்கான ஒரு இடமும் இருந்தது. குவானாவின் வலிமையான இழைகளடங்கிய இலைகளிலான பழுப்பு நிறச் சுவரில், இயேசுவின் புனித இதயம் மற்றும் கோப்ரேவின் கன்னி மாதா ஆகிய வண்ணப் படங்கள் இருந்தன. அவை இரண்டும் காலம் கடந்தும் வாழும் அவனுடைய மனைவியின் நினைவுச் சின்னங்களாகும். ஒரு காலத்தில், அவன் மனைவியின் நிறம் மங்கிய புகைப்படமும் சுவரில் இருந்தது. அந்தப் படத்தை அவன் பார்க்கும்போதெல்லாம் அது அவனுள் அதிகத் தனிமை உணர்வை ஏற்படுத்தியது. அதனால் அதை அங்கிருந்து நீக்கியிருந்தான். அது ஓர் ஓரத்திலுள்ள அலமாரியில் அவனது தூய்மையான சட்டைக்கு அடியில் இருந்தது.

"சாப்பிட என்ன வைத்திருக்கிறாய்" எனச் சிறுவன் கேட்டான்.

"ஒரு பானை மீன் கலந்த மஞ்சள் சோறு இருக்கிறது. உனக்குக் கொஞ்சம் வேண்டுமா?"

"வேண்டாம். நான் வீட்டில் சாப்பிடுகிறேன். நெருப்பு மூட்டி நான் சாப்பாட்டைச் சூடுபடுத்தட்டுமா?"

"வேண்டாம். நான் அதை அப்புறமாகச் செய்கிறேன். அல்லது சோற்றைக் குளிர்ந்த நிலையிலேயே சாப்பிட்டாலும் சாப்பிடுவேன்."

"நான் மீன்பிடி வலையை எடுத்துப் போகலாமா?"

"நிச்சயமாக."

மீன்பிடி வலை அங்கே இல்லை என்பது சிறுவனுக்குத் தெரியும். அவர்கள் எப்போது அதை விற்றார்கள் என்பதும் அவனுக்கு நினைவிருக்கிறது. ஆனால், அவர்கள் இந்தக் கற்பனை நிகழ்ச்சியைத் தினந்தோறும் நிகழ்த்திக்கொண்டிருந்தார்கள். அங்கே ஒரு பானைச் சோறும் இல்லை, மீனும் இல்லை என்பதும் சிறுவனுக்குத் தெரியும்.

"எண்பத்து ஐந்து என்பது ஒரு அதிர்ஷ்டமான எண்" என்றான் முதியவன். "சுத்தம் செய்தபின், ஆயிரம் பவுண்டுகளுக்கும் அதிகமான எடையுள்ள ஒரு மீனை நான் கொண்டுவருவதை நீ பார்க்க நேர்ந்தால் அதை எப்படி புரிந்துகொள்வாய்?"

"எறிவலையை எடுத்துக்கொண்டு நான் மத்தி மீன் பிடிக்கப் போகிறேன். நீ வாசலில் உட்கார்ந்து வெயில் காய்கிறாயா?"

"சரி. என்னிடம் நேற்றைய நாளிதழ் இருக்கிறது. நான் பேஸ்பால் ஆட்டத்தைப் பற்றி வாசிக்கிறேன்."

நேற்றைய நாளிதழ் என்பதும் ஒரு கற்பனைக் கதைதானா என்பது சிறுவனுக்குத் தெரியாது. ஆனால், முதியவன் படுக்கையின் அடியிலிருந்து அதை வெளியே எடுத்தான்.

"ஒரு பலசரக்குக் கடையில் பெரிகோ அதை எனக்குக் கொடுத் தான்" என அவன் விளக்கம் அளித்தான்.

"மத்தி மீன்கள் கிடைத்ததும் நான் திரும்ப வருகிறேன். நம் இருவருக்குமான மீன்களைச் சேர்த்து பனிக்கட்டியில் வைக்கிறேன். காலையில் நாம் பிரித்துக்கொள்ளலாம். நான் இங்கே திரும்பிய வுடன் பேஸ்பால் பற்றிய விவரங்களை எனக்குச் சொல்."

"யான்கீஸ் அணி தோற்க முடியாத அணி."

"ஆனால், கிலீவ்லாண்ட் இண்டியன்ஸ் அணியை நினைத்துப் பயப்படுகிறேன்."

"மகனே, யான்கீஸ் மீது நம்பிக்கை வை. திறமை வாய்ந்த டிமாகியோவை நினைத்துக்கொள்."

“டெட்ராய்ட் டைகர்ஸ் மற்றும் கிலீவ்லாண்ட் இண்டியன்ஸ் இந்த இரண்டு அணிகளையும் நினைத்துப் பயப்படுகிறேன்.”

“கவனமாக இரு. இல்லையென்றால், சின்சினாட்டி ரெட்ஸ் மற்றும் சிகாகோ ஒயிட் சாக்ஸ் ஆகிய அணிகளையும்கூட நினைத்துப் பயப்படுவாய்.”

“நீ அதை இப்போது வாசி. நான் திரும்பி வந்தவுடன் எனக்குச் சொல்.”

“எண்பத்தைந்து என்ற இரண்டு இலக்கங்களில் முடிவடையும் ஒரு பரிசுச் சீட்டு வாங்கலாமா? நாளை எண்பத்தைந்தாவது நாள்.”

“வாங்கலாம்” என்று சிறுவன் சொன்னான். “ஆனால், உன்னுடைய அதிர்ஷ்டத்தின் உச்ச எண்ணான எண்பத்து ஏழு என்னவாயிற்று?”

“அதிர்ஷ்டம் இரு முறை வருவதில்லை. உன்னால் எண்பத் தைந்தில் முடியும் ஒரு சீட்டைக் கண்டுபிடிக்க முடியுமா?”

“என்னால் ஒரு சீட்டுக்கு ஏற்பாடு செய்ய முடியும்.”

“ஒரு சீட்டின் விலை இரண்டரை டாலர்கள். அதை நாம் யாரிட மிருந்து கடன் வாங்குவது?”

“அது எளிதானது. எப்போதும் என்னால் இரண்டரை டாலர்கள் கடன் வாங்க முடியும்.”

“ஒருவேளை என்னாலும் முடியும் என்று நினைக்கிறேன். ஆனால், நான் கடன் வாங்காமலிருக்க முயற்சி செய்கிறேன். கடன் வாங்குவது என்பது தொடக்கம்; அடுத்தது பிச்சை எடுப்பது.”

“உன்னைக் கதகதப்பாக வைத்துக்கொள், ஓல்டு மேன். நாம் செப்டம்பர் மாதத்தில் இருக்கிறோம் என்பதை நினைவில் வைத்துக் கொள்.”

“மிகப் பெரிய மீன்கள் வரும் மாதம் இது” என்றான் முதியவன். “யார் வேண்டுமானாலும் மே மாதத்தில் மீனவனாக முடியும்.”

“நான் இப்போது மத்தி மீன் வாங்கப் போகிறேன்” என்று சொல்லி சிறுவன் சென்றான்.

சிறுவன் திரும்பி வந்தபோது, முதியவன் நாற்காலியில் அமர்ந்து அயர்ந்து தூங்கிக்கொண்டிருந்தான். சூரியன் கீழே இறங்கியிருந்தது. சிறுவன், படுக்கையிலிருந்த பழைய இராணுவக் கம்பளியை எடுத்து

அதை நாற்காலியின் மேல், பின்பக்கமாகச் சுற்றி, முதியவனின் தோள்கள் மீது போர்த்தினான். அதிக வயதாகிவிட்டாலும், அவனுடைய தோள்கள் வினோதமான, இன்னமும் ஆற்றல் மிக்க தோள்களாக இருந்தன. கழுத்து இன்னமும் வலிமையானதாகவே இருந்தது. அவன் தலையை முன்புறமாகச் சாய்த்துத் தூங்கியதால், அவனுடைய கழுத்திலிருந்த ஆழமான வடுக்களும் அதிகமாகத் தெரியவில்லை. அவனுடைய சட்டையில் பலமுறை ஒட்டுப்போடப் பட்டிருந்தது. அது அவனது படகின் பாய்மரப் பாயைப் போலிருந்தது. வெயிலின் தாக்கத்தால் சட்டையிலுள்ள ஒட்டுத் துணிகளின் நிறம் மாறித் திரிந்து பல வகையான நிறக்கலவையாகத் தோற்றமளித்தது. முதியவனின் தலை அவனது வயது மூப்பை வெளிப்படுத்தியது. மேலும், அவன் கண்கள் மூடியிருந்த நிலையில் அவன் முகம் உயிரற்றுக் காணப்பட்டது. அவனுடைய முழங்கால்கள்மீது கிடந்த செய்தித் தாள்கள் மாலைக் காற்றில் பறந்துவிடாமல் அவனது முன்னங்கைகள் தடுத்தன. காலணிகள் எதுவும் அணியாமல் வெறுங் கால்களோடிருந்தான்.

சிறுவன் அவனை அப்படியே விட்டுவிட்டு வெளியே சென்றான். பின்னர் அவன் திரும்பி வந்தபோதும் முதியவன் ஆழ்ந்து தூங்கிக் கொண்டுதானிருந்தான்.

“முதியவனே எழுந்திரு” என்று கூறியபடி சிறுவன் அவனது முட்டிகளில் ஒன்றின் மீது கை வைத்து எழுப்பினான்.

முதியவன் கண்களைத் திறந்தான். ஒரு நொடி நேரம், அவன் மிகப் பழைய நீண்ட நினைவுகளிலிருந்து திரும்பி வந்துகொண்டிருந்தான். பின்னர் புன்னகைத்தான்.

“நீ என்ன வைத்திருக்கிறாய்” எனக் கேட்டான்.

“இரவுக்கான சாப்பாடு” என்று சிறுவன் சொன்னான். “நாம் இரவு உணவைச் சாப்பிடப் போகிறோம்.”

“எனக்கு அதிகப் பசியில்லை.”

“சரிதான் வா. வந்து சாப்பிடு. சாப்பிடாவிட்டால் உன்னால் மீன்பிடிக்க முடியாது.”

“சாப்பிடாமல் நான் மீன்பிடித்திருக்கிறேன்” முதியவன் எழுந்து மடியிலிருந்த செய்தித்தாளை மடித்தபடியே சொன்னான். கம்பளியை மடிக்கத் தொடங்கினான்.

"கம்பளியால் உன்னைப் போர்த்திக்கொள். நான் உயிரோடு இருக்கும்வரை நீ சாப்பிடாமல் உன்னை மீன்பிடிக்க விட மாட்டேன்" என்றான் சிறுவன்.

"அப்படியானால் அதிக நாட்கள் வாழ்ந்து உன்னை நீயே பாதுகாத்துக்கொள்" என்றான் முதியவன். "நாம் என்ன சாப்பிடப் போகிறோம்?"

"கறுப்பு பீன்ஸ் மற்றும் சோறு, பொறித்த வாழைக்காய், கொஞ்சம் ஸ்டூ."

டெரஸ் உணவகத்திலிருந்து அவற்றை இரண்டு அடுக்கு உலோகப் பாத்திரங்களில் சிறுவன் கொண்டுவந்திருந்தான். சாப்பிடப் பயன்படும் கத்திகள், முள் கரண்டிகள் மற்றும் கரண்டிகள் அடங்கிய இரண்டு தொகுப்புகள், ஒவ்வொரு தொகுப்பும் தனித்தனியாகத் தாள் கைக்குட்டையில் சுற்றப்பட்டு அவனுடைய உடைப் பையில் இருந்தன.

"இதை உனக்குக் கொடுத்தது யார்?"

"அதன் உரிமையாளர் மார்ட்டின்."

"நான் அவருக்கு நன்றி சொல்ல வேண்டும்."

"நான் அவருக்கு ஏற்கனவே நன்றி கூறிவிட்டேன்" என்று சிறுவன் சொன்னான். "நீ அவருக்குத் தனியாக நன்றி சொல்ல வேண்டியதில்லை.

"ஒரு பெரிய மீனின் வயிற்றுப் பகுதி இறைச்சியை நான் அவருக்குக் கொடுக்கிறேன்" என்றான் முதியவன். "அவர் நமக்கு ஒரு முறைக்கும் அதிகமாக உணவு கொடுத்திருக்கிறாரா?"

"அப்படித்தான் நினைக்கிறேன்."

"அப்படியானால் நான் அவருக்கு மீனின் வயிற்றுப் பகுதி இறைச்சிக்கும் அதிகமாக ஏதாவது கொடுக்க வேண்டும். நம்மீது அவர் மிகுந்த அக்கறை கொண்டவராக இருக்கிறார்."

"அவர் இரண்டு பீர்கள் கொடுத்திருக்கிறார்."

"டப்பாக்களில் அடைக்கப்பட்ட பீர் எனக்கு மிகவும் பிடிக்கும்."

"எனக்குத் தெரியும். ஆனால், இவை பாட்டில் பீர். ஹாட்சுயீ பீர். பாட்டில்களைத் திரும்பக் கொடுக்க வேண்டும்."

தடாகம் 27

“அது உனது நல்ல குணத்தின் அடையாளம்” என்று சொன்ன முதியவன், “நாம் சாப்பிடலாமா?” என்று கேட்டான்.

“அதைத்தான் நான் உன்னிடம் கேட்டுக்கொண்டிருக்கிறேன்” சிறுவன் அவனிடம் மெதுவாகச் சொன்னான். “நீ தயாராகும்வரை சாப்பாட்டுப் பாத்திரத்தைத் திறக்க எனக்கு விருப்பமில்லை.”

“நான் இப்போது தயார்” என்றான் முதியவன். “குளிப்பதற்கு மட்டும் கொஞ்சம் நேரம் வேண்டும்.”

நீ எங்கே குளித்தாய்? எனச் சிறுவன் நினைத்தான். கிராமத்தின் தண்ணீர் வழங்கும் இடம் இரண்டு தெருக்களுக்கு அப்பால் சாலையில் இருந்தது. அவனுக்கு நான் இங்கே தண்ணீர், சோப்பு, மற்றும் ஒரு நல்ல துண்டும் வைக்க வேண்டும் என்று சிறுவன் எண்ணினான். நான் ஏன் இவ்வளவு முன்யோசனை இல்லாமல் இருக்கிறேன்? குளிர் காலத்தில் பயன்படுத்த நான் அவனுக்கு மற்றொரு சட்டையும், ஸ்வெட்டரும், ஏதாவது காலணியும் மற்றொரு போர்வையும் வாங்க வேண்டும்.

“நீ கொண்டுவந்த ஸ்டூ மிகச் சிறப்பாக இருக்கிறது” என்றான் முதியவன்.

“பேஸ்பால் விளையாட்டு பற்றி நீ எனக்குச் சொல்” சிறுவன் அவனைக் கேட்டான்.

“நான் ஏற்கனவே சொன்னதுபோல, அமெரிக்க லீஃக் அணிகளில் யாங்கீஸ்தான் சிறந்தது” என்று முதியவன் மகிழ்ச்சியாகச் சொன்னான்.

“இன்று அவர்கள் தோற்றுவிட்டார்கள்” என்று அவனிடம் சிறுவன் சொன்னான்.

“அது ஒரு பொருட்டே இல்லை. மிகச் சிறந்த டிமாகியோ மறு படியும் தன் இயல்பு நிலையை அடைந்துள்ளார்.”

“அந்தக் குழுவில் மற்ற விளையாட்டு வீரர்களும் இருக்கிறார்கள்.”

“உண்மைதான். ஆனால், அவரது விளையாட்டு, வித்தியாசத்தை விளைவிக்கிறது. புரூக்ளின் மற்றும் பிலடெல்ஃபியா பங்குபெறும் மற்றொரு லீஃக் போட்டியில் நான் புரூக்ளின் பக்கமிருப்பேன். ஆனாலும், டிக் சிஸ்லரையும் பழைய பூங்காவில் அவர் ஆடிய சிறப்பான ஆட்டத்தையும் நினைத்துப்பார்க்கிறேன்.”

"இதுவரை அந்தக் குழுவைப் போல் வேறு எந்தக் குழுவும் விளையாடியதில்லை. நான் பார்த்தவரை, அவர்தான் மிக அதிக தூரம் பந்தை அடிக்கிறார்."

"அவர் டெரஸ் ஹோட்டலுக்கு வந்துபோனது உனக்கு நினைவிருக்கிறதா? அவரை மீன்பிடிக்கக் கூட்டிப் போக ஆசைப்பட்டேன். ஆனால், அவரை அழைக்க முடியாத அளவுக்குப் பயந்தவனாயிருந்தேன். அவரை அழைக்கும்படி உன்னைக் கேட்டேன். நீயும் பயந்தவனாய் இருந்தாய்."

"தெரியும். அது ஒரு பெரிய தப்புதான். நாம் அழைத்திருந்தால் அவர் நம்முடன் வந்தாலும் வந்திருப்பார். அந்த இனிய நினைவு நம் வாழ்நாள் முழுவதும் நம்முடன் நீடித்திருக்கும்."

"மிகச் சிறந்த ஆட்டக்காரரான டிமேகியோவை மீன்பிடிக்கக் கூட்டிச் செல்ல ஆசைப்படுகிறேன்" என்று சொன்னான். "அவரது அப்பாவும் மீனவர்தான் என்று சொல்கிறார்கள். அவரும் நம்மைப் போல ஏழையாய் இருந்திருக்கலாம். நமது ஆசைகளை அவர் புரிந்துகொண்டிருப்பார்."

"சிறப்பாக ஆடும் சிஸ்லரின் அப்பா எப்போதும் ஏழையாக இருந்ததில்லை. அவர் அப்பா என்னுடைய வயதில் பெரிய லீஃக் அணிகளில் விளையாடிக்கொண்டிருந்தார்."

"நான் உன்னுடைய வயதிலிருந்த போது ஆப்பிரிக்கா சென்ற பாய்மரக் கப்பலின் பாய்மரத்தின் முன்னால் நின்றுகொண்டிருந்தேன். மாலை வேளையில் அங்குள்ள கடற்கரைகளில் சிங்கங்களைப் பார்த்திருக்கிறேன்."

"எனக்குத் தெரியும். நீ சொல்லியிருக்கிறாய்."

"நாம் எதைப் பற்றி பேசலாம் – ஆப்பிரிக்காவா, பேஸ்பாலா?"

"பேஸ்பால் என நினைக்கிறேன்" என்றான் சிறுவன். "சிறந்த வீரரான ஜான் ஜே மெக்ரா பற்றிச் சொல்லு." 'ஜே' என்பதற்கு மாற்றாக 'ஜொட்டா' என்றான்.

"அந்தக் காலத்தில் அவரும் எப்போதாவது டெரெஸ் விடுதிக்கு வருவதுண்டு. ஆனால், அவர் முரடராகவும் கடுஞ்சொல் பேசுபவராகவும் இருந்தார். அவர் மது குடிக்கும் போது அவரைச் சமாளிப்பது கடினம். குதிரைகளைப் பற்றியும் பேஸ்பாலைப் பற்றியும் நினைப்பார். எப்போதும் அவரது பையில் குதிரைகளின்

பட்டியல்களை வைத்துக்கொண்டிருப்பார். தொலைபேசியில் அடிக்கடி குதிரைகளின் பெயர்களைச் சொல்லிக்கொண்டிருப்பார்."

"அவர் ஒரு சிறந்த நிர்வாகி" என்ற சிறுவன், "அவர்தான் மிகச் சிறந்த நிர்வாகி என எனது அப்பா நினைக்கிறார்" என்றும் சொன்னான்.

"அவர் அடிக்கடி இங்கு வந்துபோனதால் அப்படி நினைக்கிறார்" என்று சொன்ன முதியவன், "டுரோச்செர் ஆண்டு தோறும் தொடர்ந்து இங்கு வருவாரேயானால், அவர்தான் மிகச் சிறந்த நிர்வாகி என்று உன் அப்பா நினைப்பார்."

"லூஃகு, மைக் கொன்ஸாலெஸ் இவர்களில் உண்மையிலேயே சிறந்த நிர்வாகி யார்?"

"இருவருமே சமமானவர்கள் என்று நினைக்கிறேன்."

"ஆனால், நீதான் மிகச் சிறந்த மீனவன்."

"இல்லை. என்னைவிடச் சிறந்த மீனவர்களைப் பற்றி எனக்குத் தெரியும்."

"வாய்ப்பே இல்லை" என்றான் சிறுவன். "நல்ல மீனவர்கள் பலரும், சிறந்த மீனவர்கள் சிலரும் இருக்கிறார்கள். ஆனால், மிகச் சிறந்த மீனவன் நீ ஒருவனே."

"நன்றி. நீ என்னை மகிழ்ச்சியில் ஆழ்த்துகிறாய். நாம் நினைப்பது தவறு என்று நிரூபிக்கும் வண்ணம் சிறந்த மீன் எதுவும் வராது என நம்புகிறேன்."

"நீ சொல்வதுபோல இன்னமும் வலிமை உள்ளவனாக நீ இருப்பாயானால் அப்படி மீன் எதுவும் இருக்காது."

"நான் நினைக்கும் அளவு நான் வலிமை இல்லாதவனாக இருக்கலாம்" என்ற முதியவன், "ஆனால், எனக்கு பல தொழில் முறைச் சூட்சுமங்கள் தெரியும். மேலும், உறுதியான தீர்மானம் உள்ளவனாகவும் இருக்கிறேன்."

"காலையில் நீ புத்துணர்ச்சியுடன் இயங்கவேண்டுமானால் இப் போது நீ தூங்க வேண்டும். இந்தப் பொருட்களை டெரஸ் விடுதிக்கு நான் திரும்ப எடுத்துப்போகிறேன்."

"அப்படியே செய்வோம். இரவு வணக்கம். காலையில் உன்னை எழுப்புகிறேன்."

“நீதான் என் கடிகார மணி” என்று சிறுவன் சொன்னான்.

“வயதுதான் எனக்குக் கடிகார மணி” என்றான் முதியவன். “வய தானவர்கள் எதற்காக அவ்வளவு சீக்கிரமாக எழுந்துவிடுகிறார்கள்? நீண்ட பகல் பொழுது கிடைக்க வேண்டும் என்பதற்காகவா?”

“எனக்குத் தெரியாது” என்று சொன்ன சிறுவன், “எனக்குத் தெரிந்த தெல்லாம் இளம் வயது பையன்கள் அதிக நேரம் தூங்குகிறார்கள், ஆழ்ந்து தூங்குகிறார்கள் என்பதுதான்” என்றான்.

“நினைவில் வைத்துக்கொள்கிறேன்” என்ற முதியவன், “நான் உன்னைக் குறித்த நேரத்தில் எழுப்புகிறேன்” என்றான்.

“நீ என்னைத் தூக்கத்திலிருந்து எழுப்புவதை நான் விரும்பவில்லை. அது என்னவோ என்னைத் தரம் இல்லாதவனாக உணரச் செய்கிறது.”

“எனக்குப் புரிகிறது.”

“நன்றாகத் தூங்கு, ஓல்டு மேன்.”

சிறுவன் வெளியே சென்றான். மேஜையில் விளக்கு வெளிச்சம் இல்லாமலேயே அவர்கள் சாப்பிட்டு முடித்திருந்தார்கள். முதியவன் கால்சட்டையைக் கழற்றினான். இருட்டிலேயே படுக்கைக்குச் சென்றான். கால்சட்டையினுள் செய்தித் தாள்களைச் சுருட்டி வைத்து அதைத் தலையணையாக்கினான். போர்வையால் தன்னைச் சுற்றிக் கொண்டான். படுக்கையின் சுருள் கம்பிகளை மறைத்துப் பரப்பப் பட்டிருந்த பழைய செய்தித் தாள்கள் மீது படுத்துத் தூங்கினான்.

படுத்த சிறிது நேரத்தில் ஆழ்நிலைத் தூக்கம் கொண்டான்; தூக்கத்தில் கனவு கண்டான். அவன் சிறுவனாய் இருந்த போது பார்த்த ஆப்பிரிக்காவைக் கனவில் கண்டான். நீண்ட பொன்னிறமான கடற்கரைகளையும், கண்களை உறுத்தும் அளவுக்கு அதிக வெண்ணிற மான கடற்கரைகளையும், உயர்ந்த நிலப்பரப்பின் முனைகளையும், மிகப் பெரிய பழுப்பு நிற மலைகளையும் கனவில் கண்டான். இப்போது ஒவ்வொரு இரவும் அவன் அந்தக் கடற்கரை ஓரமாக வாழ்ந்தான். அவனது கனவில் கடல் அலைகளின் உறுமலைக் கேட்டான். அந்நில மக்கள் அலைகளிடையே சவாரி செய்யும் படகு களைக் கண்டான். தூங்கிய நிலையில், கப்பல் தளத்தின் தாரின் மணத்தையும் பழைய சணல் கயிற்றின் மணத்தையும் சேர்த்து நுகர்ந்தான். காலை இளந்தென்றல் சுமந்து வந்த ஆப்பிரிக்க மண்ணின் மணத்தையும் நுகர்ந்தான்.

வழக்கமாக, மண் வாசனையை நுகர்ந்தவுடன் அவன் தூக்கத்திலிருந்து விழித்தெழுந்து, உடையணிந்து சிறுவனை எழுப்பச் செல்வான். ஆனால், இன்றிரவு தரைவழிக் காற்று வழக்கத்தைவிட வெகு சீக்கிரமாக வந்துவிட்டதாகக் கனவு கண்டான்; ஆதலால் கனவைத் தொடர்ந்தான். கனவில், கடற்பரப்பிலிருந்து உயர்ந்து நின்ற தீவுகளின் வெண் சிகரங்களைக் கண்டான்; கேனரித் தீவுகளின் பல விதத் துறைமுகங்களையும் கப்பல்கள் தங்குதுறைகளையும் கண்டான்.

இப்போதெல்லாம் அவன் புயல்களைப் பற்றிக் கனவு காண்பதில்லை; பெண்களைப் பற்றியும் இல்லை; பெரும் நிகழ்வுகளைப் பற்றியும் இல்லை; பெரிய மீன்களைப் பற்றியும் இல்லை; சண்டைகளைப் பற்றியும் இல்லை; வலிமையை நிலைநாட்டும் போட்டிகளைப் பற்றியும் இல்லை; அவனுடைய மனைவியைப் பற்றியும் அவன் கனவு காணவில்லை. பல இடங்களைப் பற்றியும், கடற்கரையில் உலா வரும் சிங்கங்களைப் பற்றியும் மட்டுமே அவன் கனவு கண்டான். அந்திப் பொழுதில், அவை இளம் பூனைகளைப் போலத் துள்ளி விளையாடின. அவன் சிறுவனை நேசித்ததுபோல், அச்சிங்கங்களையும் நேசித்தான். ஆனால், அவன் சிறுவனைப் பற்றி ஒருபோதும் கனவு கண்டதில்லை. அவன் விழித்து எழுந்து திறந்திருந்த வாசல் வழியாக நிலவைப் பார்த்தான். கால்சட்டையை விரித்து அணிந்தான். குடிசைக்கு வெளியே வந்து சிறுநீர் கழித்த பின்னர் சிறுவனை எழுப்புவதற்காகச் சாலையில் நடந்தான். காலைக் குளிரில் அவன் நடுங்கிக்கொண்டிருந்தான். ஆனால், உடல் நடுக்கத்தாலேயே அவன் வெதுவெதுப்படைவான் என்பதும் கூடிய சீக்கிரத்தில் அவன் துடுப்புகளை வலித்துக்கொண்டிருப்பான் என்பதும் அவனுக்குத் தெரியும்.

சிறுவன் வசித்த வீட்டின் கதவு பூட்டப்படாமல் இருந்தது. முதியவன் கதவைத் திறந்து வெறுங் கால்களுடன் மெதுவாக நடந்து உள்ளே சென்றான். முதல் அறையிலிருந்த கட்டிலில் சிறுவன் தூங்கிக் கொண்டிருந்தான். மறைந்துகொண்டிருந்த நிலா வெளிச்சத்தில் சிறுவனை முதியவனால் தெளிவாகப் பார்க்க முடிந்தது. முதியவன் அவனுடைய ஒரு பாதத்தை மெதுவாகக் கையில் எடுத்தான்; சிறுவன் தூக்கத்திலிருந்து விழித்து எழுந்து அவனைத் திரும்பிப்பார்க்கும் வரை அதைப் பிடித்துக்கொண்டிருந்தான். முதியவன், சிறுவனைப் பார்த்து மேலும்கீழுமாகத் தலையை அசைத்தான். படுக்கைக்கு அருகிலிருந்த நாற்காலியின் மேல் கிடந்த கால்சட்டையை எடுத்த சிறுவன், படுக்கையில் உட்கார்ந்தபடியே அதை அணிந்தான்.

வீட்டிலிருந்து வெளியே வந்த முதியவனைப் பின்தொடர்ந்து சென்ற சிறுவன் தூக்கக் கலக்கத்தில் இருந்தான். சிறுவனின் தோள் களைக் கையால் அணைத்தபடி, “நான் வருத்தப்படுகிறேன்” என்றான் முதியவன்.

“இல்லவே இல்லை” என்று சிறுவன் சொன்னான். “ஒரு மனிதன் என்ன செய்ய வேண்டுமோ அதைத்தான் நீ செய்தாய்.”

இருவரும் முதியவனின் குடிசையை நோக்கி நடந்தார்கள். இருட்டில், சாலை நெடுகிலும் அவரவர் படகுகளின் பாய்மரக் கம்பங்களைச் சுமந்தபடியே வெறுங்கால் மனிதர்கள் சென்றுகொண் டிருந்தார்கள்.

முதியவனின் குடிசையை அடைந்ததும், கூடையிலிருந்த தூண்டில் கயிற்றுச் சுருள்களையும், குத்தீட்டியையும், மீன் கொக்கியையும் சிறுவன் எடுத்தான். முதியவன் பாய்மரத் துணி சுற்றப்பட்டிருந்த பாய்மரக் கம்பத்தைத் தோளில் சுமந்து சென்றான்.

“உனக்குக் காப்பி வேண்டுமா? என்று சிறுவன் கேட்டான்.

“தளவாடச் சாமான்களைப் படகில் வைத்த பின் கொஞ்சம் காப்பி குடிக்கலாம்.”

மீனவர்களுக்கு அதிகாலையில் உணவு பரிமாறும் ஒரு கடையில் சுண்டிய பாலில் தயாரிக்கப்பட்ட காப்பி குடித்தார்கள்.

“முதியவனே, நன்றாகத் தூங்கினாயா?” என்று சிறுவன் கேட்டான். அப்போது அவன் தூக்கத் கலக்கத்திலிருந்து வெளியே வந்துகொண் டிருந்தான். ஆனால், இப்போதும் தூக்கத்திலிருந்து மீள்வது அவனுக்கு எளிதாக இல்லை.

“நன்றாகத் தூங்கினேன், மனோலின்” என்றான் முதியவன். “நான் இன்று நம்பிக்கையுடன் இருக்கிறேன்” .

“நானும் அப்படித்தான் உணர்கிறேன்” என்று சிறுவன் சொன்னான். “நான் இப்போது உனக்கும் எனக்குமான மத்தி மீன்களையும், உனக்கான புதிய தூண்டில் இரைகளையும் கொண்டுவர வேண்டும். எங்களுடைய தளவாடங்களை அவன் கொண்டு வருகிறான். எந்தப் பொருளையும் மற்றவர் எடுத்து வருவதை அவன் ஒருபோதும் விரும்ப மாட்டான்.”

"நாம் வித்தியாசமானவர்கள்" என்று சொன்ன முதியவன், "உனக்கு ஐந்து வயதிருக்கும் போதே நீ பொருட்களைச் சுமந்து வருவதை நான் அனுமதித்தேன்" என்றான்.

"எனக்குத் தெரியும்" என்று சிறுவன் சொன்னான். "நான் உடனே திரும்பி வருகிறேன். இன்னும் ஒரு காப்பி குடி. நமக்கு இங்கு கடன் வசதி இருக்கிறது."

அவன் வெறுங்கால்களுடன் பவளப் பாறைகள் மீது ஏறி, தூண்டில் இரைகள் இருந்த பனி வீட்டுக்குச் சென்றான்.

முதியவன் மிக நிதானமாகக் காப்பியைக் குடித்தான். இன்று முழுவதும் அவனுக்கு இதுதான் உணவு; இதைக் குடித்தே ஆக வேண்டும் என்பது அவனுக்குத் தெரியும். நீண்ட காலமாகவே சாப்பிடுவது அவனுக்கு அலுப்பானதாக இருந்தது. ஆகவே, மதிய உணவை அவனுடன் எடுத்துச் செல்வதில்லை. படகின் முன் பகுதியில் ஒரு பாட்டில் தண்ணீர் வைத்திருந்தான். இன்றைய நாளுக்கு அவனுக்குத் தேவைப்பட்டதெல்லாம் அது ஒன்றுதான்.

இந்த நேரத்தில், மத்தி மீன்களுடனும் செய்தித் தாளில் சுற்றப் பட்டிருந்த இரண்டு தூண்டில் இரைகளுடனும் சிறுவன் திரும்பி வந்திருந்தான். இருவரும் கூழாங்கற்கள் நிறைந்த மண் பாதை வழியாகப் படகின் பின்பக்கம் சென்று, படகைத் தூக்கி நிமிர்த்தி அதைத் தண்ணீரில் நழுவ விட்டார்கள்.

"நல்வாழ்த்துகள், ஓல்டு மேன்."

"நல்வாழ்த்துகள்" முதியவனும் பதிலுக்குச் சொன்னான். படகின் பக்க மேல்விளிம்பில் துடுப்புகளின் கயிற்றுக் கட்டுகளை இணைத் தான். தண்ணீரில் இருந்த துடுப்புகளின் உந்து சக்திக்கு எதிராக முன்னோக்கி சாய்ந்து, துடுப்புகளை வலித்து இருட்டில் துறைமுகத்தி லிருந்து வெளியேறினான். மற்ற கடற்கரைகளில் இருந்தும் படகுகள் கடலுக்குச் சென்றுகொண்டிருந்தன. இப்போது நிலவு மலைகளுக்குப் பின்னால் மறைந்துவிட்டதால் முதியவனால் அவற்றைப் பார்க்க முடியவில்லை. என்றாலும், அவன் அவற்றின் துடுப்புச் சத்தங்களைக் கேட்டான்.

சில வேளைகளில் படகிலிருந்த யாரோ ஒருவர் பேசுவார். ஆனால், பெரும்பாலான படகுகள் அமைதியாகச் சென்றன. துடுப்புகள் நீரில் இறங்கும் சத்தங்கள் மட்டுமே அவற்றிலிருந்து கேட்டன. முகத்துவாரத்திலிருந்து வெளியே வந்த பிறகு, கடலின் எந்தப்

பகுதிகளில் மீன்கள் கிடைக்கும் என மீனவர்கள் நினைத்தார்களோ, அந்தப் பகுதிகளை நோக்கி வெவ்வேறு திசைகளில் படகுகள் சென்றன. முதியவன் வெகுதூரம் தள்ளிப் போய்க்கொண்டிருந்ததை அறிவான். மண்ணின் மணத்தைப் பின்தள்ளி, அதிகாலையின் மாசில்லாக் கடற்காற்றின் மணத்துக்குள் நுழைந்தான். மீனவர்களால் பெருங்கிணறு என்று அழைக்கப்பட்ட கடல் பகுதியைக் கடந்த போது, வளைகுடா கடற்பூண்டு வகைச் செடிகள் வீசிய மங்கலான ஒளியைக் கண்டான். கடலின் பெரிய கிணறு என்று அழைக்கப்பட்ட நாலாயிரத்து இருநூறு அடி ஆழமான பகுதியில், கடல் தளத்தின் செங்குத்தான சுவர்கள்மீது நீரோட்டத்தின் சுழற்சி மோதுவதால் அனைத்து வகை மீன்களும் அங்கே சங்கமித்தன. இங்கே, இரால் மற்றும் தேரை மீன்களின் கூட்டங்களை அதிக அளவு காணலாம். சில வேளைகளில், மிக ஆழமான பொந்துகளிலிருந்து கும்பலாக மேலே வரும் கணவாய் மீன்கள், கடலின் மேற்பரப்புக்கு மிக அருகே வந்து, அங்கே சுற்றித் திரியும் மற்ற எல்லா மீன்களுக்கும் இரையாவதும் உண்டு.

அந்த இருட்டிலும், விடியல் வந்துகொண்டிருப்பதை முதியவனால் உணர முடிந்தது. படகை மேற்கொண்டு செலுத்தினான். பறவைமீன்கள் தண்ணீருக்கு மேல் துள்ளும் போது ஏற்படுத்தும் நடுக்கமான சத்தங்களைக் கேட்டான். அவை உயரமாகப் பறந்து இருளில் தூரமாகச் செல்லும்போது அவற்றின் விறைப்பான சிறகுகளின் இஸ்ஸ் என்ற ஒலிகளையும் கேட்டான். பறவைமீன்கள்தான் கடலில் அவனுக்குத் தலையாய நண்பர்கள். ஆதலால், அவற்றின் மீது அவன் அளவற்ற பற்று உள்ளவனாய் இருந்தான். ஆனால், பறவைகளை, குறிப்பாக, மிகவும் மென்மையான சிறு கறும்பிடரி ஆலாப் பறவைகளை நினைத்து அவன் பரிதாபப்பட்டான். அவை இரை களைத் தேடி எப்போதும் பறந்துகொண்டே இருக்கின்றன; ஆனால், ஒருபோதும் அவை இரைகளைப் பிடித்ததில்லை என்று நினைத்தான். கடற்கொள்ளைப் பறவைகள் மற்றும் மிகப் பெரிய வலிமையுடைய பறவைகள் தவிர்த்து மற்றப் பறவைகளின் வாழ்க்கை நமது வாழ்க்கையைவிடக் கடினமானது என்று அவன் நினைத்தான். கடல் மிகவும் கொடூரமானதாய் உள்ள நிலையில், தூக்கணாங்குருவி போன்ற பறவைகளை ஏன் மிகவும் மென்மையானவையாகவும் நேர்த்தியானவையாகவும் படைத்திருக்கிறார்கள்? கடல் அன்பானவள், அதீத அழகானவள், ஆனால், மிகக் கொடூரமானவள். அந்தக் கொடூரத்தை, யாரும் எதிர்பாராத வேளைகளில் திடீரென இரக்கமற்று

வெளிப்படுத்துவாள். அதற்கு ஈடுகொடுக்க முடியாமல் துயருற்று, மெல்லியக் குரலெழுப்பி நீரில் மூழ்கி இரை தேடும் பறவைகள் மிகவும் பலவீனமாகப் படைக்கப்பட்டிருக்கின்றன.

கடல், பெண் தன்மையுடையது என்று அவன் எப்போதும் நினைத்தான். மக்கள் கடல்மீது பாசம் கொள்ளும் போது ஸ்பானிஷ் மொழியில் 'ல மர்' என்ற பெண் தன்மையைக் குறிக்கும் வார்த்தையால் அழைத்தார்கள். சில சமயம், கடல்மீது பாசம் கொண்ட மக்கள்கூட அவளைப் பற்றி மோசமாகப் பேசும் போதும் கடல் ஒரு பெண் என்றே கருதினார்கள். சுறாக்களின் ஈரல்களை விற்று அதிகப் பணம் சம்பாதித்து விசைப் படகு வாங்கி, மிதவைகளைப் பயன்படுத்தும் மீனவ இளைஞர்களில் சிலர், கடல் ஆண் தன்மையுடையது என்ற பொருளில் 'எல் மர்', என்று ஸ்பானிஷ் மொழியில் அழைத்தார்கள். கடல் ஒரு போட்டியாளன் என்றும், அது ஒரு இடம் என்றும், அல்லது ஒரு எதிரி என்றும் கூடப் பேசினார்கள். ஆனால், முதியவன் கடல் பெண் தன்மையுடையது என்று எப்போதும் கருதினான். மேலும், மிக அதிக நன்மைகளை அள்ளித் தருபவள் அல்லது தடுத்து நிறுத்துபவள் என்றும் கருதினான். தவிர்க்க முடியாத நிலையில்தான் அவள் முரட்டுத்தனமான அல்லது கொடுமையான செயல்களில் ஈடுபடுகிறாள் என்றும் நினைத்தான். நிலவின் அசைவுகள் எப்படி ஒரு பெண்ணைப் பாதிக்கின்றனவோ, அப்படியே அவளையும் பாதிக்கின்றன எனவும் எண்ணினான்.

அவன் மிதமான வேகத்தில் படகை ஒரே சீராகச் செலுத்திக் கொண்டிருந்தான். எப்போதாவது தோன்றும் நீர்ச்சுழற்சிகளைத் தவிர அலைகளற்று சமதளமாயிருந்த சமுத்திரப் பரப்பில் படகைச் செலுத்துவது எளிதாயிருந்தது. அவனது வேலையில் மூன்றில் ஒரு பங்கை நீரோட்டம் செய்து தர அனுமதித்தான். வெளிச்சம் வரத் தொடங்கிய அந்த நேரத்தில் அவன் எதிர்பார்த்ததைவிட அதிக தூரம் சென்றிருந்தான்.

நான் ஒரு வாரமாக அதிக ஆழமான பகுதிகளில் மீன்பிடிக்கச் சென்றேன். ஆனால், ஒரு மீன்கூடக் கிடைக்கவில்லை. இன்று சூரை வகை மீன்கள் குழுவாகப் பயணம் செய்யும் இடத்தில் மீன் பிடிப்பேன்; அவற்றுடன் ஒரு பெரிய மீனும் இருக்கலாம் என்று நினைத்தான்.

தெளிவாக வெளிச்சம் வருவதற்கு முன்னரே, தூண்டில் இரைகளை வெளியே எடுத்திருந்தான். நீரோட்டத்தின் போக்கிலேயே அவனும்

பயணம் செய்தான். நீலக் கடல்நீரில், இருநூற்று நாற்பது அடி ஆழத்தில் ஒரு தூண்டிலும், நானூற்று ஐம்பது அடி ஆழத்தில் இரண்டாவது தூண்டிலும், அறுநூறு அடி ஆழத்தில் மூன்றாவதும், எழுநூற்று ஐம்பது அடி ஆழத்தில் நான்காவது தூண்டில்களும் தூண்டிலும்? இருந்தன. ஒவ்வொரு தூண்டில் கொக்கியின் நடுப் பகுதியும் இரை மீனின் உட்பக்கமாக வைக்கப்பட்டு உறுதியாகத் தைக்கப்பட்டுத் தலைகீழாகத் தொங்கியது. வெளியே நீட்டிக்கொண்டிருந்த கொக்கியின் வளைவு மற்றும் நுனி ஆகியவை அடங்கிய முழுப் பகுதியும் புத்தம் புதிய மத்தி மீன்களால் மறைக்கப்பட்டிருந்தது. இரு கண்களின் வழியாகக் கொக்கியால் கோர்க்கப்பட்டிருந்த ஒவ்வொரு மத்தி மீனும், வெளியே நீட்டிக்கொண்டிருந்த இரும்பின் மீது பாதி மாலையாகத் தோற்றமளித்தது. கொக்கியின் ஒவ்வொரு பகுதியும் மீன்களின் கவனத்தை ஈர்க்கும் வண்ணம் நறுமணத்துடனும் மிகுந்த சுவையுடனும் இருந்தது.

சிறுவன் கொடுத்து அனுப்பிய சூரை வகை மீன்கள் இரண்டும், ஆழமாக இறக்கப்பட்ட இரண்டு தூண்டில்களில் ஈயக் குண்டுகள் போல் தொங்கின. மற்ற இரண்டு தூண்டில்களில், ஒன்றில் கும்புளா மீனையும் மற்றொன்றில் ஒரு மஞ்சள் பலா மீனையும் கோர்த் திருந்தான். அவை ஏற்கனவே பயன்படுத்தப்பட்டவைதான்; ஆனால், இப்போதும் அவை நல்ல நிலையில் இருந்தன. மேலும், அவற்றுக்கு வாசனையும் கவர்ச்சியும் சேர்க்கும் வண்ணம் அற்புதமான மத்தி மீன்களையும் இணைத்திருந்தான். ஒரு பெரிய பென்சிலின் அளவு தடிமனான ஒவ்வொரு கயிற்றிலும் மெல்லிய பச்சை நிறத் தக்கை ஒன்று வளைத்துக் கட்டப்பட்டிருந்தது. தூண்டில் இரை இழுக்கப் பட்டாலும், தொடப்பட்டாலும் தக்கை தண்ணீருக்குள் மூழ்கும். ஒவ்வொரு தூண்டிலுக்கும் இரண்டு இருநூற்று நாற்பது அடி நீளமான கயிற்றுச் சுருள்கள் இருந்தன. தேவைப்பட்டால், மீன்கள் ஆயிரத்து எண்ணூறு அடி ஆழம்வரை இழுத்துச் செல்லும் வகையில் அவற்றை மற்ற உபரிக் கயிறுகளுடன் இணைத்துக்கொள்ளலாம்.

படகின் விளிம்பிலிருந்து தொங்கிய மூன்று கயிறுகளின் தக்கை களைக் கவனித்தபடியே கயிறுகள் எந்தப் பக்கமும் சரியாதபடி சரியான ஆழத்தில் ஒன்றின் கீழ் ஒன்றாக நேராக நிறுத்தி, அவன் மெது வாகப் படகை வலித்தான். எந்த நொடியிலும் சூரியன் உதயமாகலாம் என்பதுபோல் வெளிச்சம் பளிச்சிட்டது.

மெல்லிய சூரியக் கீற்றுகள் கடல் மட்டத்திலிருந்து மேலே எழுந்தன. ஆழமில்லாத பகுதியில் கடல் நீரோட்டத்தில் கரையை

நோக்கிப் பரவலாகச் சென்ற மற்ற படகுகளை முதியவன் பார்த்தான். சூரிய ஒளி பிரகாசமானபோது, கண்களைக் கூச வைக்கும் அதன் கதிர்கள், சமதளமாயிருந்த தண்ணீரின் மேற்பரப்பில் பட்டு, அதன் பிரதிபலிப்புகள் அவன் கண்களைக் கடுமையாகத் தாக்கின. அவற்றை நேராகப் பார்க்காமல் படகைச் செலுத்தினான். தண்ணீரின் இருண்ட ஆழமான பகுதிவரை நேராக இறங்கியிருந்த தூண்டிற் கயிறுகளைத் தண்ணீருக்குள் ஊடுருவிப் பார்த்தான். அவற்றை மற்ற மீனவர்களை விட நேர்த்தியாக நேராக நிறுத்தினான். இப்படியாக, நீரோட்டத்தின் இருண்ட பகுதிகளில் மீன்கள் வரக்கூடிய வெவ்வேறு நிலைகளைத் துல்லியமாகக் கணித்து அங்கெல்லாம் அவன் விரும்பிய நிலையில் மீன்களுக்கான ஒரு இரைகளைக் காத்திருக்கச் செய்தான். மற்ற மீனவர்களின் தூண்டில்கள் நீரோட்டத்துடன் நகர்ந்ததால், அவர்கள் நினைத்ததுபோல் அறுநூறு அடி ஆழம்வரை செல்லாமல் முந்நூற்று அறுபது அடி ஆழம்வரைதான் சென்றிருந்தன.

நான் தூண்டில்களைத் தேவையான இடத்தில் மிகத் துல்லியமாக நிறுத்துகிறேன். இதற்கு மேல் எனக்கு அதிர்ஷ்டம் இல்லை என்பது தான் ஒரே குறை. ஆனால், யாருக்குத் தெரியும்? இன்று அதிர்ஷ்டம் அடிக்கலாம். ஒவ்வொரு நாளும் ஒரு புதிய நாள்தானே. அதிர்ஷ்டக் காரனாக இருப்பது நல்லதுதான். அதைவிட, நான் மிகத் துல்லியமாகச் செயலாற்ற விரும்புகிறேன். அதனால், அதிர்ஷ்டம் வரும்போது நான் ஆயத்தமாக இருப்பேன். இவ்வாறு அவன் நினைத்தான்.

சூரியன் இப்போது இரண்டு மணி நேரம் மேலே சென்றிருந்தது. முதியவன் கிழக்குப் பக்கமாகப் பார்க்கும் போது, சூரிய ஒளி அவ்வளவாக அவன் கண்களை உறுத்தவில்லை. அந்நேரத்தில், கரையோரம் மிகக் குறைந்த ஆழமுள்ள பகுதிகளில் மூன்று படகுகள் மட்டுமே கண்ணில் பட்டன.

எனது வாழ்நாள் முழுவதும் காலை வேளைச் சூரியனே என் கண்களைத் துன்புறுத்தியது என்று அவன் நினைத்தான். இருப்பினும், இன்னமும் அவை நல்ல நிலையிலுள்ளன. கண்கள் இருளடையாமல் மாலை நேரத்தில் என்னால் சூரியனை நேராகப் பார்க்க முடியும். சூரியன் மாலை நேரத்திலும் மிகுந்த தாக்கம் கொண்டதாகத்தான் இருக்கிறது. ஆனால், காலையில் அது வலி உண்டாக்குகிறது.

அப்போது, அவனுக்கு முன்னால் நீளமான கறுப்புச் சிறகுகளுடைய ஒரு கப்பல்பறவை வானத்தில் வட்டம் அடிப்பதைப் பார்த்தான். திடீரென அது சிறகுகளைப் பின்பக்கமாகச் சுழற்றிச் சரிந்து வேகமாகக் கீழே இறங்கியது. அதன்பின், மீண்டும் வட்டமடித்தது.

"அதற்கு ஏதோ கிடைத்திருக்கிறது" என்று முதியவன் சத்தமாகச் சொன்னான். "காரணம் இல்லாமல் அது கீழ்நோக்கிப் பார்த்துக் கொண்டிருக்கவில்லை."

அந்தப் பறவை வட்டமடித்த இடத்தை நோக்கிப் படகை மெது வாகவும் சீராகவும் செலுத்தினான். அவன் அவசரப்படவில்லை. தூண்டில்களை நேராக, ஒன்றின் கீழ் ஒன்றாக நிறுத்தினான். இப் போதும் சரியான முறையில் மீன்பிடிக்க வேண்டும் என்ற எண்ணத்தில் நீரோட்டத்தில் சிறிது வேகமாக நுழைந்தான். அந்தப் பறவையைப் பயன்படுத்துவதற்காக, எப்போதையும்விடக் கொஞ்சம் வேகமாகச் செயல்பட்டான்.

அந்தப் பறவை சிறிது உயரத்தில் பறந்து சிறகுகளை இயக்காமல் மீண்டும் வட்டமிட்டது. திடீரென அது தலைகீழாகப் பாய்ந்தது. அதே நேரத்தில், ஒரு பறவைமீன் வேகமாகத் தண்ணீரிலிருந்து குதித்து மேலெழும்பி அதன் மேற்பரப்பில் செய்வதறியாது திகைத்துச் சென்றதை முதியவன் பார்த்தான்.

"டால்ஃபின்" என்று முதியவன் சத்தமாகச் சொன்னான். "பெரிய டால்ஃபின்."

துடுப்புகளை அவன் அப்படியே நிறுத்தினான். படகின் முன் பகுதியின் அடியிலிருந்த ஒரு சிறிய தூண்டில் கயிற்றை எடுத்தான். அந்தக் கயிற்றில் ஒரு கம்பியும் நடுத்தர அளவுள்ள ஒரு கொக்கியும் இருந்தன. ஒரு மத்தி மீனை அதனுடன் கோர்த்து அதைத் தூண்டில் இரையாக்கினான். படகின் விளிம்புக்கு வெளியே அதைத் தொங்க விட்டு, அதைப் படகின் பின்பகுதி வளையத்தில் கட்டினான். பிறகு, இரையுடன் கூடிய மற்றொரு தூண்டில் கயிற்றை, படகின் முன்பகுதியில் கட்டி அதன் நிழலில் தொங்கவிட்டான். தண்ணீருக்கு மேலே, தாழ்ந்த உயரத்தில் பறந்த நீண்ட சிறகுடைய கறுப்புப் பறவையை மீண்டும் கண்காணித்தபடியே அவன் துடுப்புகளை வலித்தான்.

அவன், அதைப் பார்த்துக்கொண்டிருக்கும்போதே, அந்தப் பறவை அதன் சிறகுகளைச் சாய்த்து மீண்டும் தலைகீழாகப் பாய்ந்தது. பெருமளவில் சிறகுகளை ஆட்டியபடி, பறவைமீனைத் துரத்தியது. ஆனால், அதன் முயற்சி வெற்றி பெறவில்லை. அந்த மீனைத் துரத்திச் சென்ற டால்ஃபின் கூட்டத்திலிருந்த ஒரு பெரிய டால்ஃபின் நீந்திய இடத்தில் தண்ணீர் சிறிது மேலே எழுந்ததை முதியவன் பார்த்தான். பறவைமீன் தண்ணீருக்குள் விழும்போது அதைப் பிடிக்க ஏதுவாக,

அதற்கு நேர் கீழாக டால்ஃபின்களின் கூட்டம் தண்ணீரைக் கிழித்துக்கொண்டு வேகமாக நீந்தியது. இது டால்ஃபின்களின் பெரிய கூட்டம் என்று முதியவன் நினைத்தான். பறவைமீன் தப்பிக்கவே முடியாதபடி பரந்து அகன்ற நிலையில் டால்ஃபின்கள் நீந்தின. அது தப்பிப்பதற்கான வாய்ப்பு மிகவும் குறைவு. ஆனால், பறவைக்கு வாய்ப்பே இல்லை; அந்தப் பறவையால் பிடிக்க முடியாத அளவு பறவைமீன்கள் உருவத்தில் பெரியவை; வேகமாக நீந்தக்கூடியவை.

பறவைமீன்கள் திரும்பத்திரும்ப தண்ணீருக்கு மேலாகத் துள்ளுவதையும், அந்தப் பறவையின் பயனில்லாப் பவனியையும் அவன் கண்டான். அந்த மீன் கூட்டம் என்னிடமிருந்து தூரமாகச் சென்றுவிட்டது என்று அவன் நினைத்தான். அவை மிக வேகமாக, மிகத் தூரமாகச் சென்றன. ஆனால், ஒருவேளை, அக்கூட்டத்திலிருந்து பிரிந்து பின்தங்கிய ஒரு மீனை நான் பிடிப்பேன். எனக்கான பெரிய மீன் அந்த மீன் கூட்டத்தில் இருக்கலாம். என்னுடைய பெரிய மீன் இங்குதான் எங்கோ இருக்கிறது.

நிலப்பரப்பில், மேகங்கள் மலைகள்போல் மேலே எழுந்தன. சாம்பல்நீல நிறக் குன்றுகளைப் பின்புலமாகக் கொண்ட ஒரு நீளமான பச்சை கோடாகக் கடற்கரை தெரிந்தது. இப்போது, கடல்நீர் ஊதா நிறமாகத் தோற்றமளிக்கும் வகையில் அது அடர் கருநீல நிறத்தில் இருந்தது. அவன் தண்ணீருக்குள் ஊடுருவிப் பார்த்தான். அதன் இருண்ட பகுதியில் நுண்ணிய தாவரங்களும் மீன் குஞ்சுகளும் சிவப்பு நிறத்தில் மிதப்பதைக் கண்டான். அங்கே சூரிய ஒளி வித்தியாசமாகத் தெரிந்தது. அவனுடைய தூண்டில் கயிறுகள் செங்குத்தாகக் கீழ் நோக்கி ஆழமாகச் சென்று அவன் பார்வையிலிருந்து மறைந்தன. மேலும், அதிக அளவில் நுண்ணிய தாவரங்களும் மீன் குஞ்சுகளும் கூட்டமாகத் திரியும் இடத்தில், மீன்கள் இருக்கும் என்பதால் அவன் மனம் மகிழ்ந்தான். தண்ணீரில் சூரியன் உண்டாக்கிய விநோதமான ஒளியும், சூரியன் இன்னும் மேலே சென்றிருப்பதும் நல்ல கால நிலையை அறிவித்தன. நிலப்பரப்பின் மீது படர்ந்த மேகங்களின் வடிவங்களும் அதையே உணர்த்தின. ஆனால், இப்போது அந்தப் பறவை கிட்டத்தட்ட அவன் கண்பார்வைக்கு அப்பால் சென்றிருந்தது. சூரியனின் தாக்கத்தால் வெளுப்படைந்த மஞ்சள் நிற சார்காசோ விதைகள் மட்டுமே நீர்ப்பரப்பில் மிதந்தன. ஊதா நிறத்தில் ஒழுங்கு படுத்தப்பட்ட, ஒளிமிளிர்ந்த, உறைந்து கெட்டியான குமிழுடன் ஒரு போர்த்துக்கீசிய ஜெல்லிமீன் அவன் படகின் அருகில் மிதந்து கொண்டிருந்தது. அது, அதன் ஒரு பக்கமாகத் திரும்பி மீண்டும்

தன்நிலை அடைந்தது. அதன் மூன்றடி நீள ஊதா நிறமான கொடிய மெல்லிய இழைகளை அதன் பின்னால் இழுத்துக்கொண்டு ஒரு குமிழ்போல உற்சாகத்துடன் தண்ணீரில் மிதந்தது.

“நடத்தை கெட்டவளே” என்றான் அவன்.

அவன் துடுப்புகளின் பக்கமாகச் சிறிது சரிந்து தண்ணீருக்குள் பார்த்தான். சறுக்கிச் செல்லும் ஜெல்லிமீன் குமிழின் நிழலில் அதன் மெல்லிய இழைகளுக்கு ஊடாக நீல நிறத்தில் சிறுவகை மீன்கள் நீந்தின. அவற்றின் நச்சுத்தன்மைக்கு எதிரான தடுப்பாற்றல் சிறுவகை மீன்களிடம் இருந்தது. ஆனால், மனிதர்களுக்கு அந்தத் தடுப்பாற்றல் இல்லை. சில சமயங்களில் ஜெல்லி மீன்களின் சில இழைகள் தூண்டிற் கயிற்றில் ஊதா நிறத்தில் மெலிதாக ஒட்டிக்கொள்ளும். அந்தக் கயிற்றை இழுத்து வேலை செய்யும்போது, அவன் கைகளில் தடித்த புண்கள் தோன்றும். நச்சுத்தன்மையான படர் கொடிகளும் ஓக் மரங்களும் ஏற்படுத்தும் புண்களுக்கு நிகரானவை அவை. ஆனால், ஜெல்லி மீன்களின் நச்சுகள் சட்டென வந்து சவுக்கடியாகத் தாக்கும்.

ஒளிமிளிர்ந்த வண்ணக்கலவை குமிழ்கள் அழகானவை; ஆனால், அவை கடல்வாழ் உயிரினங்களில் மிகவும் பொய்யானவை. பெரிய கடல் ஆமைகள் அவற்றைத் தின்பதைக் காண்பதில் அவன் ஈர்ப்பு உடையவன். ஜெல்லி மீன்களைப் பார்க்கும் ஆமைகள், அவற்றுக்கு நேர் எதிரில் சென்று, கண்களை மூடி, அவற்றின் இழைகள் உட்பட முழுமையாக அப்படியே தனது ஓட்டுக்குள் இழுத்துத் தின்னும். ஆமைகள், ஜெல்லிமீன்களைத் தின்பதைப் பார்த்து ரசித்தான். புயலுக்குப் பின் கரையில் ஒதுங்கும் ஜெல்லி மீன்கள் மீது மிதித்து நடப்பதில் நெகிழ்ந்தான். அவனது கடின காலுறைகளுக்கு அடியில் அக்குமிழ்கள் மிதிபட்டு வெடித்துப் பட்டென எழுப்பும் ஒலியைக் கேட்டு மகிழ்ச்சியில் திளைத்தான்.

பச்சை நிற ஆமைகள்மீது நேயம் கொண்டிருந்தான். எழிலார்ந்த, விரைவாக இயங்கக்கூடிய, அதிகப் பெறுமானமுடைய அழுங் காமைகளையும் அவனுக்குப் பிடிக்கும். ஆனால், மஞ்சள் நிற ஓடுகளுடைய, வித்தியாசமாகக் காதல் செய்யும், கண்கள் மூடிய நிலையில் ஜெல்லி மீன்களை மகிழ்ச்சியுடன் தின்னும் பெரிய உருவம் கொண்ட முட்டாள்தனமான ஆமைகளிடம் அவன் ஒரு தோழமையான வெறுப்பு கொண்டிருந்தான்.

ஆமை பிடிப்பதில் பல ஆண்டுகள் அவன் ஈடுபட்டிருந்தாலும், ஆமைகள் பற்றிய இறையுணர்வு கோட்பாடுகள் எதுவும் அவனுக்கு

இல்லை. படகை போன்ற மிகப் பெரிய உருவமுடைய ஒரு டன் எடையுள்ள லூத் என அழைக்கப்படும் ஆமை உட்பட அனைத்து ஆமைகளிடமும் அவன் அனுதாபம் கொண்டிருந்தான். துண்டு துண்டாக வெட்டி சிதைக்கப்பட்ட பிறகும் நீண்ட நேரம் ஆமையின் இதயம் துடிக்கும் என்பதால் பலர் ஆமைகளிடம் இதயமற்றவர்களாக நடந்துகொள்கிறார்கள். ஆனால், எனக்கும் இதுபோன்று இதயம் இருக்கிறது. என்னுடைய கால்களும் கைகளும் ஆமைகளுடையவை போன்றே இருக்கின்றன என அவன் நினைத்தான். அவன் வலிமையுள்ளவனாக இருப்பதற்காக, அவற்றின் வெள்ளை முட்டைகளைச் சாப்பிட்டான். செப்டம்பர், அக்டோபர் மாதங்களில் கிடைக்கும் பெரிய வகை மீன்களைக் கையாள்வதற்குத் தேவையான உடல் வலிமை பெறுவதற்காக மே மாதம் முழுவதும் அம்முட்டைகளை உண்பான்.

மேலும், பல மீனவர்களின் மீன்பிடித் தளவாடங்கள் வைத்திருந்த குடிசையில் இருந்த பீப்பாயிலிருந்து தினமும் ஒரு கோப்பை சுறா மீன் எண்ணெய் குடித்தான். அதை விருப்பமுள்ள மீனவர்கள் எல்லோரும் குடிக்கலாம். அநேக மீனவர்கள் அதன் சுவையை வெறுத்தார்கள். ஆனால், மீன்பிடிப்பதற்காக அவர்கள் குறிப்பிட்ட நேரத்தில் எழுந் திருப்பதைவிட அதன் சுவை ஒன்றும் மோசமில்லை. மேலும், சளி, பெருஞ்சளிக் காய்ச்சல் ஆகியவைற்றைக் கட்டுப்படுத்த மீன் எண்ணெய் மிகவும் சிறந்தது; கண்களுக்கும் மிகவும் உகந்தது.

இப்போது, அந்தப் பறவை மீண்டும் மேலே வட்டமிடுவதை நிமிர்ந்து பார்த்தான்.

“அது மீன்களைப் பார்த்துவிட்டது” என்று சத்தமாகச் சொன்னான். பறவைமீன் எதுவும் தண்ணீர் பரப்புக்கு மேல் துள்ளவில்லை; இரை மீன்களின் கூட்டமும் அங்கு இல்லை. ஆனால், அவன் பார்த்துக்கொண்டிருக்கும்போதே சூரை மீன் ஒன்று மேலே எழும்பி, காற்றில் மிதந்து, உடலைத் திருப்பித் தலைகீழாகத் தண்ணீரில் விழுந்தது. அந்தச் சூரைமீன் சூரிய ஒளியில் வெள்ளி நிறத்தில் மினுமினுத்தது. அது தண்ணீருக்குள் விழுந்தபின் மற்ற சூரை மீன்கள் ஒவ்வொன்றாக மேலெழுந்து பல திசைகளிலும் துள்ளிக் குதித்தன; தண்ணீரைக் கலக்கின. அவை நீண்ட தூரம் பாய்ந்து இரைமீன் கூட்டத்துக்கு அருகில் விழுந்து, அதைச் சுற்றி வட்டமடித்து அக்கூட்டத்தை விரட்டியடித்தன.

சூரைமீன் கூட்டம் அதிவிரைவாகப் பயணம் செய்யவில்லை என்றால் அந்த இடத்துக்குச் சீக்கிரம் செல்வேன் என்று முதியவன்

நினைத்தான். அம்மீன்கள் அப்பகுதியில் ஏற்படுத்திய நீர்ச்சுழற்சி களைக் கண்டான். அந்தப் பறவை தாழ்ந்து பறந்தது; பதற்றமடைந்து தண்ணீரின் மேற்பரப்புக்கு வந்த இரைமீன் கூட்டத்தினுள் புகுந்து அவற்றைப் பிடித்தது.

"பறவை மிகவும் உதவியாக இருக்கிறது" என்றான். அதே வேளையில், படகின் பின்பக்கத் தூண்டில் கயிற்றின் வளையம் அவன் காலுக்கு அடியில் இருந்த இடத்தில் விறைப்படைந்தது. துடுப்புகளை விட்டு விட்டுக் கயிற்றை இறுகப் பிடித்து இழுத்த போது, சிறிய சூரை மீன் நடுக்கத்துடன் கயிற்றை இழுப்பதன் தாக்கத்தை உணர்ந்தான். மேலும் அவன் கயிற்றை இழுத்த போது அதன் நடுக்கம் அதிகரித்தது. தண்ணீரில் அதன் முதுகின் கருநீல நிறத்தையும், அதன் இரண்டு பக்கங்களின் பொன் நிறத்தையும் கண்டான். மீனைச் சுண்டி இழுத்துப் படகினுள் போட்டான். கச்சிதமானதாக, தோட்டா வடிவத்திலிருந்த மீன், படகின் பின்பகுதி வெயிலில் கிடந்தது. அதன் அறிவுத்திறனற்ற பெரிய கண்கள் வெறித்துப் பார்த்தவாறு இருந்தன. அதன் நேர்த்தியான, வேகமாகச் சுழன்ற வாலால் படகின் மரக்கட்டைத் தளத்தை உயிர்போகும் நடுக்கத்துடன் அடித்தது. படகின் பின்பகுதி நிழலில் உடம்பு நடுங்கிய நிலையில் கிடந்த மீன் மீது இரக்கம் கொண்டு அதன் தலையில் அடித்து உதைத்தான்.

"சூரை மீன்" எனச் சத்தமாகச் சொன்னான். "இது தூண்டிலுக்கு நல்ல இரையாகும். பத்து பவுண்ட் எடை இருக்கும்."

தனியாய் இருக்கும் போது சத்தமாகப் பேசுவதை எப்போது ஆரம்பித்தான் என அவனுக்கு நினைவில்லை. கடந்தகாலங்களில் அவன் தன்னந்தனியாக இருந்த போது பாடியிருக்கிறான். இரவு நேரத்தில் படகைத் திருப்பிச் செலுத்தும்போதும், ஆமை பிடித்த போதும் பாடியிருக்கிறான். ஒருவேளை, சிறுவன் பிரிந்து சென்ற பின் தனியாக இருந்தபோது சத்தமாகப் பேசத் தொடங்கியிருக்கலாம். ஆனால், அவனுக்கு நினைவில்லை. சிறுவனுடன் சேர்ந்து மீன்பிடித்த போது, தேவையானால் மட்டுமே அவர்கள் பேசினார்கள். இரவு நேரத்திலும் அல்லது மோசமான காலநிலையால் புயல் உருவாகி, அதனால் பாதிக்கப்பட்ட போதும் பேசினார்கள். கடலில் இருக்கும் போது, தேவையானால் மட்டுமே பேசுவது ஒரு நல்ல பண்பாகக் கருதப்பட்டது. முதியவனும் அவ்வாறே கருதினான்; அப்பண்பை அவன் மதித்தான். ஆனால், இப்போது அவன் பேசுவதால் எரிச்சல் அடைய ஒருவரும் இல்லை என்பதால், பல வேளைகளில் அவன் அவனுடைய எண்ணங்களைச் சத்தமாகச் சொன்னான்.

“நான் சத்தமாகப் பேசுவதைப் பிறர் கேட்டால் அவர்கள் என்னைப் பித்துப்பிடித்தவன் என்று நினைக்கலாம்” என்று அவன் சத்தமாகச் சொன்னான். “ஆனால், நான் பித்துப்பிடித்தவன் இல்லை என்பதால், அதைப் பற்றி நான் கவலைப்படவில்லை. படகிலிருக்கும் போது தங்களிடம் பேசுவதற்கும், பேஸ்பால் ஆட்டம் பற்றியச் செய்திகளைக் கேட்பதற்கும் வசதியானவர்களிடம் வானொலிப் பெட்டிகள் இருக்கின்றன.”

பேஸ்பாலைப் பற்றி நினைப்பதற்கு இதுவல்ல நேரம் என நினைத்தான். ஒன்றே ஒன்றைப் பற்றி மட்டுமே நினைப்பதற்கான நேரம் இது, நான் எதற்காகப் பிறந்தேனோ அது மட்டுமே. அந்த மீன் கூட்டத்துக்கு அருகில் ஒரு பெரிய மீன் இருக்கலாம் என எண்ணினான். இரைகளைத் தேடிக்கொண்டிருந்த சூரை மீன் கூட்டத்திலிருந்து பிரிந்த வந்த ஒரு மீனைத்தான் நான் பிடித்தேன். ஆனால், அவை வெகு தூரத்தில் வேகமாக நீந்துகின்றன. இன்று கடலின் மேற்பரப்பில் காணப்படும் அனைத்துமே அதிக வேகமாகவும் வடகிழக்கு திசையிலும் பயணம் செய்கின்றன. அவை அவ்வாறு பயணம் செய்யக்கூடிய காலமா இது? அல்லது நான் அறிந்திராத வானிலையின் அறிகுறியோ?

கடலோரத்தின் பசுமையை அவனால் இப்போது பார்க்க முடிய வில்லை. ஆனால், பனியாலான குல்லாய் அணிந்ததுபோலத் தோற்ற மளித்த நீல மலைக் குன்றுகளின் வெண்ணிற முகடுகளையும், அவற்றுக்கும் மேலே ஓங்கி உயர்ந்து நின்ற பனிமலைகள் போன்ற மேகக் கூட்டங்களையும் மட்டுமே அவனால் காண முடிந்தது. கடல் இப்போது மிகவும் இருட்டாக இருந்தது. அந்தக் கடல்நீரில் விழுந்த வெளிச்சம் படிகங்களை உண்டாக்கியது. உச்சி வெயிலின் தாக்கம் எண்ணிலடங்காத நுண்ணிய கடல்வாழ் உயிரினிங்களின் வண்ணக் கீற்றுகளைச் செல்லாதவைகளாக்கியது. நீலக் கடலின் பெரிய ஆழ மான படிகங்களை மட்டுமே முதியவன் கண்டான். அவனுடைய தூண்டிற் கயிறுகள் தண்ணீரில் ஒரு மைல் ஆழத்துக்கு செங்குத்தாகக் கீழே சென்றன.

மீனவர்கள், சூரைமீன் வகையைச் சேர்ந்த எல்லா மீன்களையும் சூரைமீன் என்ற ஒரே பெயரால் அழைத்தார்கள். விற்பனை செய்யும் போதும், தூண்டில் உணவுக்காகப் பரிமாற்றம் செய்யும்போதும் மட்டும் சூரை மீன்கள் பல இயற்பெயர்களால் அழைக்கப்பட்டன. அம்மீன்கள் மீண்டும் கடலின் ஆழத்துக்குச் சென்றிருந்தன. இப்போது

சூரிய வெப்பம் கடுமையாக இருந்தது. அதன் தாக்கத்தை முதியவன் அவனது பிடரியில் உணர்ந்தான்; துடுப்புகளை வலித்தபோது, அவன் முதுகில் வியர்வைத் துளிகள் வடிந்தன.

படகைக் காற்றில் மிதக்கவிட்டு, அவனை உசுப்புவதற்குக் கால் விரலில் கயிற்றைச் சுருக்கு போட்டுக் கட்டிவைத்தபடி சற்று தூங்கலாம் என்று நினைத்தான். மாறாக, இன்று எண்பத்து ஐந்தாவது நாள், இந்த நாள் முழுவதும் நன்றாக மீன்பிடிக்க வேண்டும் என்று தீர்மானித்தான்.

அவன் தூண்டில் கயிறுகளை உற்றுநோக்கிய அதே நேரத்தில், தண்ணீருக்கு மேல் நீட்டிக்கொண்டிருந்த பச்சை நிறக் குச்சிகளில் ஒன்று தண்ணீருக்குள் வேகமாக முங்குவதைப் பார்த்தான்.

தூண்டில் இரையை ஏதோ ஒரு மீன் கடித்து இழுக்கிறது என்பதை உணர்ந்த முதியவன், "ஆமாம்" "ஆமாம்" என்று இரண்டு முறை சொன்னான். படகு ஆடாதவாறு துடுப்பு வலிப்பதை நிறுத்தி, துடுப்புகளைப் படகினுள் வைத்தான். தூண்டில் கயிற்றை எடுத்து வலது கையின் பெருவிரலுக்கும் ஆள்காட்டி விரலுக்கும் இடையே மென்மையாகப் பிடித்தான். கயிறு இழுக்கப்படும் விசையையோ கனத்தையோ அவன் உணரவில்லை. கயிற்றை மெதுவாகப் பிடித்தான். மீண்டும் கயிறு இழுக்கப்பட்டது. இம்முறை இழுப்பு உறுதியாவோ கனமாகவோ தெளிவாக இல்லாமல் அனுமானம் செய்யக்கூடியதாய் இருந்தது. ஆனால், அதன் பொருள் என்ன என்பதை அவன் மிகச் சரியாக அறிந்திருந்தான். அறுநூறு அடி ஆழத்தில் ஈட்டி மீன் ஒன்று, தூண்டில் நுனியையும் தண்டுப் பகுதியையும் மூடியிருந்த மத்தி மீன்களைத் தின்றுகொண்டிருந்தது. அங்குதான், கையால் வார்ப் பிடப்பட்ட ஊக்கு ஒரு சிறிய சூரை மீனின் தலையிலிருந்து வெளியே நீட்டிக்கொண்டிருந்தது.

கயிற்றை மிகவும் மென்மையாகவும் மெதுவாகவும் பிடித்தான்; இடது கையால் கயிற்றைக் குச்சியிலிருந்து கொஞ்சம்கொஞ்சமாக விடுவித்தான். கயிற்றின் இழுப்பு விசையை மீன் உணராதவாறு கயிற்றை விரல்களின் ஊடே செல்லவிட்டான்.

கடலில் தூரமான இடத்தில் இந்த மாதத்தில் கிடைக்கும் மிகப் பெரிய மீன் இதுவாகத்தான் இருக்கும் என்று அவன் எண்ணினான். இரைகளைச் சாப்பிடு, மீனே, அவற்றைச் சாப்பிடு. தயவுசெய்து சாப்பிடு. நீயோ கடலின் அறுநூறு அடி ஆழத்தில் குளிரும் தண்ணீரில் இருண்டப் பகுதியில் இருக்கிறாய். இரைகள் எவ்வளவு புத்தம்

தடாகம் 45

புதியதாக இருக்கின்றன. இருட்டில் மற்றொரு முறை திரும்பு, மீண்டும் இங்கே வா, வந்து அவற்றைத் தின்பாய்.

முதலில், கயிறு மிகமிக மெதுவாக இழுக்கப்படுதையும், அடுத்து, கடினமாக இழுக்கப்படுவதையும் உணர்ந்தான். அப்போது, தூண்டில் ஊக்கிலிருந்த மத்தி மீனின் தலை உடைந்து விடுபட மிகவும் கடினமானதாய் இருந்திருக்கலாம். அதன் பின்னர் அசைவு ஒன்றும் இல்லை.

“வா, மீனே, வா” என்று முதியவன் சத்தமாகச் சொன்னான். “மற்றொரு முறை திரும்பு. அவற்றின் வாடையை முகர்ந்துதான் பாரேன். அவை பிரமாதமாக இல்லையா என்ன? அவற்றை நன்றாகச் சாப்பிடு. இதை அடுத்து, சூரை மீன் உனக்காகக் காத்திருக்கிறது; கெட்டியாக, குளிர்ச்சியாக, சுவையாகக் காத்திருக்கிறது. மீனே, கூச்சப்படாதே. வந்து சாப்பிடு.”

கயிற்றைப் பெருவிரலுக்கும் ஆள்காட்டி விரலுக்கும் இடையே பிடித்தபடி காத்திருந்தான். அதே நேரத்தில், அந்தக் கயிற்றையும் மற்ற கயிறுகளையும் கண்காணித்தான். அந்த மீன் மேலும்கீழுமாக நீந்தலாம் என்றே எண்ணினான். அப்போது, மீண்டும் அதே மெல்லிய கடிப்பும் இழுப்பும் நிகழ்ந்தன.

“அது இப்போது இரையைக் கடிக்கும்” என்று முதியவன் சத்தமாகச் சொன்னான். “இறைவா, அம்மீன் இரையைக் கடிக்கச் செய்வாயாக.”

ஆனால், மீன் இரையைக் கடிக்கவில்லை. அது அங்கிருந்து போய் விட்டது. கயிற்றில் அசைவு எதுவும் இல்லை.

“அது அங்கிருந்து போயிருக்க முடியாது” என்று அவன் சொன்னான். “இயேசுவுக்குத் தெரியும், அது அங்கிருந்து போயிருக்க முடியாது. அது திரும்புகிறது. ஒருவேளை, இதற்கு முன்னால் எப்போதாவது அது தூண்டிலில் மாட்டியிருக்கலாம். அந்த அனுபவத்தில் சிலவற்றை அது இப்போது நினைத்துப்பார்க்கலாம்.”

மீண்டும் கயிறு மென்மையாகத் தொடப்படுவதை உணர்ந்து மகிழ்ந்தான்.

“மீன் திரும்பியதால் ஏற்பட்ட உணர்வாக அது இருக்கலாம். மீன் இப்போது இரையைக் கடிக்கும்” என்றான் அவன்.

கயிறு இழுக்கப்படுவதை உணர்ந்து மகிழ்ச்சியடைந்த அவன், ஏதோ ஒன்று கடினமானதாகவும், நம்ப முடியாத அளவுக்கு எடை

கூடியதாகவும் இருப்பதை உணர்ந்தான். அது மீனின் கனம்தான். தேவைப்பட்டால் பயன்படுத்த உதிரியாக வைத்திருந்த இரண்டு சுருள்களில் முதலாவது சுருளிலிருந்து கயிற்றைக் கழற்றி, தொடர்ந்து கீழே போகவிட்டான். முதியவனின் விரல்களுக்கிடையே கயிறு மெதுவாக நழுவிக் கீழே போனாலும், மிக அதிகமான கனத்தை அவனால் உணர முடிந்தது. இருந்தாலும், பெருவிரல் மற்றும் ஆள்காட்டி விரல்களில் இருந்த அழுத்தம் அவனால் கிட்டத்தட்ட உணர்ந்து அறிந்துகொள்ள முடியாத நிலையில் இருந்தது.

"என்ன மீன் இது..?" என்று முதியவன் சொன்னான். "அதன் வாயில் தூண்டிலைப் பக்கவாட்டாக வைத்திருக்கிறது. அப்படி வாயில் வைத்தபடியே அது போய்க்கொண்டிருக்கிறது."

அதன் பிறகு மீன் திரும்பி அதை விழுங்கும் என்று அவன் நினைத்தான். அதை அவன் வாய்விட்டுச் சொல்லவில்லை. ஏனென்றால், ஏதாவது நல்லது ஒன்றைச் சொன்னால் அது நிகழாமல் போகலாம் என்பது அவனுக்குத் தெரியும். அது எவ்வளவு பெரிய மீனாக இருக்கும் என்று அவனுக்குத் தெரியும். சூரை மீனை வாயில் குறுக்காக வைத்தபடி, அது இருட்டில் செல்வதை அவன் நினைத்துப்பார்த்தான். அந்த நொடியில் அதை இழுத்து நிறுத்த வேண்டும் என்ற உணர்வு ஏற்பட்டது. ஆனால், இப்போதும் கன மாகவே இருந்தது. அதன்பின், அதன் எடை இன்னும் அதிகமாகியது. அவன் அதிக நீளமாகக் கயிற்றை விட்டுக்கொடுத்தான். கட்டை விரலுக்கும் ஆள்காட்டி விரல்களுக்கும் இடையே இருந்த அழுத் தத்தை மேலும் ஒரு நொடி இறுக்கினான். அதன் எடை கூடியது, அது நேராகக் கீழே போய்க்கொண்டிருந்தது.

"அது தூண்டிலில் இருக்கும் மீனை வாயில் எடுத்துக்கொண்டது. அதை நன்றாகச் சாப்பிட அனுமதிப்பேன்" என்று முதியவன் சொன்னான்.

அவன் விரல்களுக்கு இடையே கயிறு நழுவிச்செல்ல அனுமதித்த அதே வேளையில், அவனது இடது கையைக் கீழே நீட்டி, உதிரியாக இருந்த இரண்டு சுருள்களின் கயிற்று நுனிகளை மற்றொரு கயிற்றின் இரண்டு உதிரிச் சுருள்களின் கயிற்று வளையங்களில் இறுக்கிக் கட்டினான். இப்போது அவன் தயார் நிலையில் இருந்தான். ஏற் கனவே அவனது பயன்பாட்டில் ஒரு கயிற்றுச் சுருள் இருந்தது. இப் போது இருநூற்று நாற்பது அடி நீளமான கயிற்றுச் சுருள்கள் மூன்று உதிரியாக இருந்தன.

"இன்னும் கொஞ்சம் சாப்பிடு" என்றான் முதியவன். "அதை நன்றாகச் சாப்பிடு."

கொக்கியின் நுனி உன் இதயத்துக்குள் நுழைந்து உன்னைக் கொல்வதற்கு ஏதுவாக நன்றாகச் சாப்பிடு என்று அவன் எண்ணினான். மெதுவாக மேலே வா, நான் ஈட்டியால் உன்னைக் குத்துகிறேன். எல்லாம் சரி. நீ தயாராக இருக்கிறாயா? சாப்பாட்டு மேஜை முன் அமர்ந்து சாப்பிடுவதுபோல் நிதானமாக அதிக நேரம் சாப்பிடுகிறாயா?

"இப்போது" என்று சத்தமிட்டபடியே இரு கைகளாலும் கயிற்றைப் பிடித்து இழுத்தான்; மூன்று அடி நீளக் கயிறு அவன் கைக்கு வந்தது. அவனுடைய கைகளின் முழு பலத்தையும், சமநிலைபடுத்தப்பட்ட அவனுடைய உடலின் எடையையும் பயன்படுத்தி மீண்டும்மீண்டும் இரண்டு கைகளாலும் மாற்றிமாற்றி இழுத்தான்.

ஒன்றும் நடக்கவில்லை. அந்த மீன் மெதுவாக விலகிச் சென்றது. முதியவனால் ஒரு அங்குலம்கூட அதை மேலே உயர்த்த முடியவில்லை. மிக அதிக கனமான மீன்களையும் கையாளும் அளவுக்கு அவனுடைய கயிறு உறுதியானதாக இருந்தது. கயிறு விறைப்படைந்து அதிலிருந்து தண்ணீர் சொட்டுகள் தெறிக்கும்வரை அதை அவனது முதுகில் போட்டபடிப் பிடித்திருந்தான். அது தண்ணீரில் மெதுவாக 'இஷ்ஷ்...' என்று சத்தமிடத் தொடங்கியது. அவன் படகின் குறுக்குச் சட்டத்தில் சாய்ந்து மீனின் இழுப்பு விசையைச் சமன்செய்ய உடம்பைப் பின்சரித்த நிலையில் கயிற்றைக் கெட்டியாகப் பிடித்திருந்தான். படகு வடமேற்கு திசையில் மெதுவாகச் செல்லத் தொடங்கியது.

அந்த மீன் ஒரே சீராகச் சென்றது. அவர்கள் இருவரும் அமைதியான தண்ணீரில் மெதுவாகப் பயணம் செய்தார்கள். மற்ற தூண்டில்கள் இன்னமும் தண்ணீருக்குள்தான் இருந்தன. ஆனால், மேற்கொண்டு செய்வதற்கு எதுவுமில்லை.

"சிறுவன் என்னுடன் இருந்தால் நன்றாய் இருந்திருக்கும்" என்று முதியவன் சத்தமாகச் சொன்னான். "ஒரு மீனால் நான் இழுத்துச் செல்லப்படுகிறேன்; இழுத்துச் செல்லும் கயிறு பிணைக்கப்பட்ட கம்பாக நிற்கிறேன். என்னால் கயிற்றை இழுத்துக் கட்ட முடியும். ஆனால், கயிற்றை மீன் அறுத்துவிடும். என்னால் முடிந்தவரை கயிற்றை இழுத்து மீனை அதே நிலையில் நிறுத்த வேண்டும். மீனுக்குக் கட்டாயம் தேவைப்படும்போது கயிற்றை விட்டுக் கொடுக்க வேண்டும். இறைவன் அருளால் மீன் கீழ்நோக்கிச் செல்லாமல் நேராகப் பயணம் செய்கிறது."

மீன் கீழ்நோக்கிச் செல்ல முடிவு செய்தால் நான் என்ன செய்வேன்? எனக்குத் தெரியாது. அது சத்தமிட்டு உயிரை விட்டால் நான் என்ன செய்வேன்? எனக்குத் தெரியாது. ஆனால், நான் ஏதாவது செய்துதான் ஆக வேண்டும். நான் செய்யக்கூடிய வேலைகள் ஏராளமாக இருக்கின்றன.

முதியவன் கயிற்றை முதுகோடு சேர்த்துப் பிடித்தான். தண்ணீரில் கயிற்றின் சாய்ந்த நிலையையும், படகு வடமேற்குத் திசையில் ஒரே சீராகச் செல்வதையும் கவனித்தான்.

படகை மீன் இப்படியே இழுத்தபடி போய்க்கொண்டிருந்தால் அது மீனைக் கொன்றுவிடும் என்று முதியவன் நினைத்தான். மீனால் எப்போதும் இப்படியே இழுத்துக்கொண்டிருக்க முடியாது. ஆனால், நான்கு மணி நேரம் கடந்த பின்னரும் அந்த மீன், படகை இழுத்த படி ஒரே சீராகக் கடலுக்குள் நீந்திக்கொண்டிருந்தது. முதியவன் இன்னமும் கயிற்றை முதுகின் குறுக்கே போட்டபடி மீனின் இழுவையை உறுதியுடன் எதிர்கொண்டான்.

"மீன் கொக்கியில் மாட்டியபோது மதிய நேரம். ஆனாலும், அதை இன்னும் நான் பார்க்கவேயில்லை" என்றான்.

கொக்கியில் மீன் மாட்டுவதற்கு முன்னால் அவன் அவனது புல் தொப்பியைத் தலையில் கீழே அழுத்தித் தள்ளியிருந்தான். அது அவனது முன்நெற்றியில் உறுத்தியது. அவனுக்குத் தாகமாகவும் இருந்தது. தூண்டில் கயிற்றில் எவ்வித அதிர்வும் ஏற்படாமல் மிகுந்த எச்சரிக்கையுடன் முழங்காலிட்டான். படகின் முன்பகுதியில் இருந்த தண்ணீரை எடுக்க எதுவரை அவன் போகவேண்டியிருந்ததோ அதுவரை நகர்ந்தான். ஒரு கையால் தண்ணீர்க் குப்பியை எடுத்துக் குப்பியைத் திறந்து கொஞ்சம் தண்ணீர் குடித்தான். படகின் முன் பகுதியில் சாய்ந்து ஓய்வு எடுத்தான். பாய்மரமும் அதன் துணியும் நகர்த்தபட்ட இடத்தில் உட்கார்ந்து ஓய்வு எடுத்தான். எதைப் பற்றியும் சிந்திக்க முயற்சி செய்யாமல், அனைத்தையும் சகித்துக்கொள்ள முயற்சி செய்தான்.

அவனுக்குப் பின்புறமாகத் திரும்பிப் பார்த்தான். நிலப்பகுதி எதுவும் அவன் கண்களுக்குத் தென்படவில்லை. அதை அவன் ஒரு பொருட்டாக எண்ணவில்லை. ஹவானாவின் ஒளிப் பிரவாகத்தில் தன்னால் எப்போது வேண்டுமானாலும் கரைக்குத் திரும்ப முடியும் என்றும் நினைத்தான். சூரியன் மறைய இன்னும் இரண்டு மணி நேரம் இருக்கிறது. அதற்கு முன்னால் மீன் மேலே வந்தாலும் வரலாம்.

அப்போது வராவிட்டால், நிலவு உதிக்கும் போது வந்தாலும் வரலாம். அப்படியும் இல்லை என்றால், சூரிய உதயத்துடன் வந்தாலும் வரலாம். எனக்கு சதை மரத்துபோவது போன்ற பிரச்சினைகள் எதுவும் இல்லாமல் வலிமையாக இருப்பதை உணர்கிறேன். மீன்தான் வாயில் கொக்கியுடன் இருக்கிறது. என்ன மீன் இது, இப்படி இழுக்கிறது! அது தூண்டிலின் கம்பியை அதன் வாயின் உள்ளே வைத்து வாயை இறுக்கமாக மூடியிருக்க வேண்டும். நான் அதைப் பார்க்க முடிந்தால் நன்றாயிருக்கும். எனக்கு எதிராக இப்படித் தீவிரமாகச் செயல்படும் அது எப்படி இருக்கிறது என்று ஒரே ஒரு முறையாவது பார்க்க ஆசைப்படுகிறேன்.

நட்சத்திரங்களைப் பார்த்து, அவனால் ஓரளவு நேரத்தைக் கணிக்க முடிந்தது. அன்று இரவு முழுவதும் மீன் அதன் பயண முறையையோ பயணத் திசையையோ மாற்றவில்லை. சூரியன் மறைந்த பின் குளிரடித்தது. அவன் முதுகிலும், கைகளிலும், வயதான கால்களிலும் இருந்த வியர்வை, குளிரால் உறைந்திருந்தது. தூண்டில் இரைப் பெட்டியை மூடியிருந்த சாக்கைப் பகல் வேளையில் விரித்து வெயிலில் காயப்போட்டிருந்தான். சூரியன் மறைவுக்குப் பின் சாக்கு அவன் முதுகில் தொங்குமாறு கழுத்தைச் சுற்றிக் கட்டினான். அதன் பின்னர், அவன் தோள்களின் குறுக்காகச் சென்ற கயிற்றுக்கு அடியில் சாக்கை மிகவும் எச்சரிக்கையுடன் தள்ளினான். இப்போது, சாக்கு கயிற்றுக்கு அடியில் ஒரு மெத்தைபோல் இருந்தது. அவன் படகில் முன்பகுதியில் சாய்ந்து, முன்புறமாக வளைந்து அவனுக்கு இதமான நிலையில் நின்றான். உண்மையில் அவன் நின்ற நிலைப்பாடு, அவனது சிரமங்களைக் கொஞ்சமாகத்தான் குறைத்தது. ஆனால், அதையே அவன் கிட்டத்தட்ட மிகவும் வசதியானதாகக் கருதினான்.

அந்த மீன் இப்படியே போய்க்கொண்டிருந்தால், என்னால் அதை ஒன்றும் செய்ய முடியாது. மீனாலும் என்னை ஒன்றும் செய்ய முடியாது என்று எண்ணினான்.

ஒரு முறை எழுந்து படகின் பக்கமாகச் சென்று சிறுநீர் கழித்தான். நட்சத்திரங்களைப் பார்த்து மீனின் பயணப் போக்கைக் கணித்தான். அவன் தோள்களிலிருந்து சென்ற கயிறு தண்ணீரில் ஒரு நேரான ஒளி மினுக்குக் கீற்றாகத் தோன்றியது. அவர்கள் இன்னும் மெதுவாகச் சென்றுகொண்டிருந்தார்கள். ஹவானாவின் ஒளி வீச்சு தெளிவாகத் தெரியாததால், நீரோட்டம் அவர்களைக் கிழக்கு நோக்கி இழுத்துச் செல்கிறது என்பதை அவன் அறிந்தான். கண்களைக் கூசச்செய்யும்

ஹவானாவின் ஒளியை நான் காண முடியவில்லை என்றால் நாங்கள் கிழக்குத் திசையை நோக்கித்தான் போய்க்கொண்டிருக்க வேண்டும் என்று நினைத்தான். உண்மையில் இதுதான் மீன் போகும் திசை என்றால், பல மணி நேரம் கழிந்த பின்னரே நான் அதைப் பார்க்க முடியும். மிகச் சிறந்த பேஸ்பால் குழுக்களின் இன்றைய போட்டிகளின் முடிவு என்னவாயிருக்கும் என்று எண்ணினான். வானொலி மூலமாக இதை அறிய முடிந்தால் மிகவும் மகிழ்ச்சியாக இருக்கும். உனக்கு எப்போதும் இதே நினைப்புதானா என்று பின்னர் நினைத்தான். இப்போது நீ என்ன செய்துகொண்டிருக்கிறாய் என்பதைப் பற்றி நினைக்க வேண்டும். முட்டாள்தனமான எதுவும் செய்யக் கூடாது.

அதன்பின், “எனக்கு உதவி செய்யவும், இதைப் பார்க்கவும் சிறுவன் இப்போது என்னுடன் இருந்தால் நன்றாக இருக்கும்” என்று அவன் மிகச் சத்தமாகச் சொன்னான்.

வயதான காலத்தில் யாரும் தனியாக இருக்கக் கூடாது என்று அவன் நினைத்தான். ஆனால், இது தவிர்க்க முடியாதது. என்னை வலிமையாக வைத்துக்கொள்ள, சூரை மீன் கெட்டுப்போவதற்கு முன் அதை நான் சாப்பிடுவதற்கு நினைப்பு வர வேண்டும். நினைவில் வைத்துக்கொள், எவ்வளவு குறைவாக சாப்பிட நினைத் தாலும் அந்த அளவு காலையில் நீ சாப்பிட்டே ஆக வேண்டும். நினைவில் வைத்துக்கொள் என்று மீண்டும் அவன் தனக்குத் தானே சொல்லிக்கொண்டான்.

இரவு நேரத்தில் இரண்டு குட்டி டால்பின்கள் படகைச் சுற்றின. அவை உருளுவதையும் தண்ணீரை மேலே ஊதித் தள்ளுவதையும் அவனால் கேட்க முடிந்தது. ஆண் டால்பின் ஊதும் சத்தத்துக்கும் பெண் டால்பின் ஏக்கத்துடன் எழுப்பும் சத்தத்துக்கும் இடையேயான வேறுபாட்டை அவனால் கூற முடியும்.

“அவை நல்லவை. ஒன்றை ஒன்று நேசித்து, கேலி பேசி விளை யாடுபவை. பறவைமீன்களைப் போல் அவையும் நமது சகோதரர்கள்” என்றான்.

அதன் பின், தூண்டிலில் மாட்டியுள்ள பெரிய மீன் மீது இரக்கம் கொள்ளத் தொடங்கினான். அது வியக்கத்தக்கது, விநோதமானது. ஆனால், அதன் வயது என்னவென்று யாருக்குத் தெரியும் என்று நினைத்தான். இந்த மீனைப் போல் வலிமையான மீனையோ, விசித்திரமாகச் செயல்படும் மீனையோ நான் ஒருபோதும் பிடித்த தில்லை. துள்ளாமல் இருப்பதுதான் நல்லது என்று உணரும் அளவுக்கு

அது புத்திசாலி மீன். கட்டுப்பாடு இல்லாமல் இழுத்தோ துள்ளிக் குதித்தோ அந்த மீனால் என்னை அழிக்க முடியும். ஒருவேளை, அது பல முறை தூண்டிலில் மாட்டி அதனால் கிடைத்த அனுபவ அறிவால் இப்படித்தான் போராட வேண்டும் என்று அறிந்திருக்கலாம். அதற்கு எதிராகப் போராடுவது ஒரே ஒரு மனிதன்தான் என்றோ, அவன் வயதானவன் என்றோ அதற்குத் தெரிந்திருக்க வாய்ப்பில்லை. ஆனால், என்ன சிறப்பான மீன் அது! அதன் சதைப்பற்று நன்றாயிருந்தால் அதன் சந்தை மதிப்பு என்ன? அது ஒரு ஆண் மீனைப்போல் இரையைக் கவ்வியது, ஒரு ஆண் மீனைப்போல் இழுக்கிறது, மேலும், அதன் போராட்டத்தில் எவ்விதப் பதற்றமும் இல்லை. அது ஏதாவது திட்டம் வைத்திருக்கிறதா..? அல்லது அதுவும் என்னைப்போல செய்வது அறியாது திகைத்து நிற்கிறதா?

ஒருமுறை, இணை ஈட்டி மீன்களில் ஒன்று, அவன் தூண்டில் கொக்கியில் மாட்டியதை நினைவுகொண்டான். எப்போதுமே, பெண் மீனைத்தான் ஆண் மீன் முதலில் இரை எடுக்கச் செய்யும். அப்படி மாட்டிய பெண் மீன், பயங்கரமாகவும், மிகுந்த பதற்றத்துடனும், நம்பிக்கை இழந்தும் போராடிச் சீக்கிரம் சோர்வடைந்தது. இந்தப் போராட்ட நேரம் முழுவதும் ஆண் மீன், பெண் மீனுடன் சேர்ந்து கயிற்றைச் சுற்றி வந்தும், நீர்ப்பரப்பில் வட்டமிட்டுக்கொண்டும் அதன் அருகிலேயே இருந்தது. ஆண் மீன் அதனுடன் மிக நெருக்கமாக வலம் வந்ததைக் கண்ட முதியவன், அரிவாள் போன்ற வடிவத் துடனும் கூர்மையாகவும் இருந்த அதன் வாலால் அது கயிற்றை அறுத்துவிடுமோ என்று பயந்தான். தூண்டிலில் மாட்டிய மீனை முதியவன் இரும்புக் கொக்கியால் குத்தினான். கூர்மையான வாள் போன்ற அதன் மூக்கை உப்புக் காகிதத்தால் பிடித்து, அந்த மீனின் நிறம் கண்ணாடியின் பின்புற நிறம்போல் மாறும்வரை அதன் தலையில் உருட்டுக் கட்டையால் அடித்தான். அதன் பின்னர், சிறுவனின் உதவியுடன் அதை படகில் தூக்கிப்போட்டான். இவை எல்லாம் நடந்து முடியும் வரை ஆண் மீன் படகின் அருகிலேயே இருந்தது. முதியவன் குத்தீட்டியையும் கயிற்றையும் உள்ளே இழுத்த போது, ஆண் மீன் படகின் அருகில் அதிக உயரத்தில் துள்ளி, காற்றில் மிதந்து, பெண் மீன் எங்கே இருக்கிறது என்று பார்த்தது. அதன்பின் கீழே விழுந்து தண்ணீரில் ஆழமாகச் சென்றது. அப்போது, அதன் மார்பை ஒட்டியிருந்த ஊதா நிற இறக்கையை அகலமாக விரித்தபோது, அதில் இருந்த அகலமான வெளுத்த ஊதா நிறக் கோடு வெளியே தெரிந்தது. அந்த மீன் அழகாக இருந்ததையும் முதியவன் நினைவுகூர்ந்தான். அதன் பின் அது வெளியே வரவில்லை.

மீன்களிடம் அவன் இதுவரை பார்த்தவற்றுள் மிகவும் சோகமான நிகழ்வு அதுதான் என்று முதியவன் நினைத்தான். சிறுவனும் சோகமானான். இருவரும் பெண் மீனிடம் மன்னிப்புக் கேட்டார்கள். உடனடியாக அதை வெட்டிக் கூறு போட்டார்கள்.

“சிறுவன் இங்கே வந்திருக்கலாம், நன்றாய் இருக்கும்” என்று சத்தமாகச் சொன்னான். படகு முகப்பின் வட்டமானப் பலகையில் அமர்ந்தான். அவன் தோள்களில் கிடந்த கயிற்றின் அழுத்தத்தின் மூலம் அந்தப் பெரிய மீனின் வலிமையை உணர்ந்தான். மீன் எங்கே போக வேண்டும் என்று தேர்வு செய்திருந்ததோ அந்தத் திசையில் ஒரே சீராகச் சென்றுகொண்டிருந்தது.

ஒரு முறை அதற்கு நான் செய்த துரோகத்தினால், அந்த மீனுக்கு இப்படி ஒரு தேர்வு செய்ய வேண்டிய கட்டாயம் உண்டாயிற்று என்று முதியவன் நினைத்தான்.

அனைத்துவிதச் சுருக்குகளுக்கும், கண்ணிகளுக்கும், துரோகங்களுக்கும் அப்பால் வெகு தூரம் சென்று இருண்ட ஆழ்கடலில் தங்க வேண்டும் என்பது அந்த மீனின் தேர்வாக இருந்தது. அனைத்து மக்களையும் கடந்து அங்கே சென்று அந்த மீனைப் பிடித்து வர வேண்டும் என்பது என்னுடைய தேர்வாக இருந்தது; உலகிலுள்ள எல்லா மக்களையும். இன்று மதிய வேளையிலிருந்து நாங்கள் இருவரும் ஒன்றாக இணைந்துவிட்டோம். அந்த மீனுக்கோ எனக்கோ உதவி செய்ய ஒருவரும் இல்லை.

ஒருவேளை நான் மீனவனாக இருக்கக் கூடாதோ என்று அவன் நினத்தான். ஆனால், நான் பிறந்திருப்பதே அதற்காகத்தானே. வெளிச்சம் வந்தவுடன் அந்தச் சூரை மீனைச் சாப்பிட வேண்டும் என்பதை கட்டாயமாக நினைவில் வைக்க வேண்டும்.

பகல் வெளிச்சம் வருவதற்குச் சிறிது நேரத்துக்கு முன்னால், அவனுக்குப் பின்புறம் இருந்த தூண்டில் இரைகளில் ஒன்றை ஏதோ ஒன்று கடித்தது. ஒரு குச்சி ஒடிந்த சத்தத்தையும், படகின் ஒரு பக்கத்தின் மேல் விளிம்பிலிருந்து கயிறு வேகமாகச் செல்லும் சத்தத்தையும் அவன் கேட்டான். இருளில் உறைவாளைக் கொஞ்சம் தளர்த்தினான். மீன் இழுப்பின் அழுத்தத்தை முழுமையாகத் தனது இடது தோளில் தாங்கிக்கொண்டு பின்புறமாகச் சாய்ந்து சுழல் மையத்தின் மரக்கட்டையிலிருந்து அந்தக் கயிற்றைத் துண்டித்தான். அதன் பின்னர், அவனுக்கு மிக அருகில் இருந்த மற்றொரு கயிற்றையும் துண்டித்தான். இருட்டில் உபரிக் கயிறுகளின் முனைகளைச் சேர்த்து

முடிச்சுப்போட்டான். ஒரு கையைப் பயன்படுத்தி மிகத் திறமையுடன் வேலை செய்தான். கயிற்றுச் சுருள்கள் நகராதபடி ஒரு காலால் அவற்றை மிதித்தபடி அவனுடைய முடிச்சுகளை இறுக்கமாக இழுத்துக் கட்டினான். இப்போது அவனிடம் ஆறு உதிரிக் கயிற்றுச் சுருள்கள் இருந்தன. அவன் வெட்டித் துண்டித்த இரண்டு தூண்டில் கயிறுகளில் ஒவ்வொன்றிலும் இரண்டு கயிறுகளும், மீன் கடித்திருந்தத் தூண்டில் கயிற்றில் இரண்டுமாக மொத்தம் ஆறு கயிறுகளும் இணைக்கப்பட்டிருந்தன.

வெளிச்சம் வந்த பின்னர், இருநூற்று நாற்பது அடி ஆழத்தி லிருக்கும் தூண்டிலின் கயிற்றையும் துண்டித்து உதிரிக் கயிற்றுச் சுருள்களுடன் இணைக்க வேண்டும் என்று அவன் நினைத்தான். இரண்டு கயிறுகளையும் துண்டித்ததின் விளைவாக, ஸ்பெயின் நாட்டின் கட்டாலோனியா நகரில் தயாரிக்கப்பட்ட ஆயிரத்து இருநூறு அடி நீளக் கயிற்றையும், கொக்கிகளையும், அதனுடன் சேர்ந்த தலைமைக் கயிறுகளையும் நான் இழந்திருக்கலாம். அவற்றுக்குப் பதிலாகப் புதிதாகக் கயிறுகளையும் கொக்கிகளையும் பின்னர் வாங்கிக் கொள்ளலாம். ஆனால், வேறு ஒரு மீன் மற்றொரு தூண்டிலில் மாட்டி, அது இந்தப் பெரிய மீனின் கயிற்றை அது அறுத்துவிடுமானால், இந்த மீனுக்கு மாற்று மீன் யார் தருவார்கள்? சிறிது நேரத்துக்கு முன்னால் தூண்டிலைக் கடித்தது என்ன வகை மீன் என்று எனக்குத் தெரியாது. அது ஈட்டி மீனாகவோ, சுறாவாகவோ, தட்டை மூக்கனாகவோ இருந் திருக்கலாம்; தெரியாது. ஆனால், மிகவும் விரைவாக அகற்றப்பட வேண்டிய மீன் அது.

“சிறுவன் என்னுடன் இருந்தால் நன்றாய் இருந்திருக்கும்” என்று முதியவன் சத்தமாகச் சொன்னான்.

ஆனால், சிறுவன்தான் உன்னுடன் இல்லையே என்று நினைத் தான். நீயே உனக்குத் துணையாக இருக்கிறாய். இப்போது கடைசிக் கயிற்றில் நீ வேலை செய்வது உனக்கு நல்லது; இருட்டாய் இருந் தாலும் சரி, இருட்டாய் இல்லை என்றாலும் சரி. அதை அறுத்து எறிந்துவிட்டு, இரண்டு உதிரி கயிறுகளுடன் அதை இணைக்க வேண்டும்.

அவன் அவ்வாறே செய்தான். இருட்டில் மிகவும் சிரமப்பட்டான். ஒருமுறை மீன் திடீரென அதிக வேகத்துடன் முன்பக்கமாகப் பாய்ந்தது. அதன் வேகம் அவனைத் தலைகுப்புறக் கீழே இழுத்தது. அதனால் அவன் கண்ணுக்குக் கீழே ஒரு காயம் ஏற்பட்டது. இரத்தம்

கன்னத்தின் கீழே கொஞ்சம் வழிந்து, அது அவன் தாடையைச் சேரும் முன்பே உறைந்து காய்ந்தது. அவன் மீண்டும் படகின் முன்புறம் சென்று பலகையில் சாய்ந்து ஓய்வெடுத்தான். முதுகிலிருந்த சாக்கைச் சரி செய்து, மிகக் கவனமாகக் கயிற்றை முதுகின் மற்றொரு பகுதிக்கு மாற்றி அங்கேயே இறுக்கமாக நிலைநாட்டினான். நுட்பமாகக் கவனித்து, கயிற்றை மீன் இழுப்பதை உணர்ந்தான். தண்ணீரில் கையை வைத்துச் சோதித்து, படகு முன்னேறிச் செல்வதையும் உணர்ந்தான்.

அந்த மீன் என்ன காரணத்தால் அப்படி வெடுக்கென முன் பக்கமாகப் பாய்ந்தது என்று யோசனை செய்தான். கொக்கியின் கம்பி அதனுடைய முதுகின் பெரிய பகுதியின் மீது நகர்ந்திருக்கலாம். அந்த மீனுக்கு ஏற்பட்ட வலி என் முதுகில் ஏற்பட்ட வலியைப் போல் மோசமானதாக இருக்க வாய்ப்பே இல்லை என்பது உறுதி. ஆனால், அது எவ்வளவு வலிமையான மீனாக இருந்தாலும், அதனால் இந்தப் படகை தொடர்ந்து இழுத்துக்கொண்டே இருக்க முடியாது. இப்போது தொல்லை கொடுக்கக்கூடியவை எல்லாம் நீக்கப்பட்ட நிலையில், ஒரு மீனவனுக்குத் தேவைப்படும் கயிறு என்னிடம் உதிரியாக இருக்கிறது.

"மீனே" என்று மென்மையாக, ஆனால், சத்தமாகச் சொன்னான் முதியவன். "நான் செத்து மடியும்வரை உன்னோடு இருப்பேன்."

அந்த மீனும் என்னோடு இருக்கும் என்பது என்னுடைய அனுமானம் என்று எண்ணிய முதியவன் விடியலுக்காகக் காத்திருந் தான். விடிவதற்கு முன்னாலான இந்த நேரத்தில் குளிரடித்தது. பலகையோடு ஒட்டி உட்கார்ந்து உடம்பை வெதுவெதுப்பாக்கினான். மீன் எவ்வளவு நேரம் இப்படிப் போனாலும், அவ்வளவு நேரம் என்னாலும் போக முடியும். முதல் வெளிச்சம் வந்த போது கயிறு கீழ்நோக்கி நீளமாகச் சென்றது; படகும் ஒரே சீராக நகர்ந்தது. சூரிய உதயத்தின் முதல் ஒளிக் கீற்று அவனது வலது தோளில் பட்டது.

"அது வடக்கு திசையில் செல்கிறது" என்றான் அவன். நீரோட் டத்தின் போக்கில் சென்றால், அது எங்களை கிழக்குத் திசையில் இழுத்துச்சென்றிருக்கும் என்று எண்ணினான். மீன் நீரோட்டத்தோடு பயணம் செய்தால் நல்லது. அப்படிச் சென்றால் மீன் களைப்பு அடைந்துகொண்டிருக்கிறது என்று புரிந்துகொள்ளலாம்.

சூரியன் இன்னும் மேலே வந்த போதும் மீன் களைப்பு அடைய வில்லை என்று முதியவன் உணர்ந்தான். அவனுக்குச் சாதகமான ஒரே

ஒரு அறிகுறி இருந்தது; கயிறு சரிந்து சென்ற நிலை, மீன் குறைந்த ஆழத்தில் நீந்துவதை வெளிப்படுத்தியது. அதனால், மீன் உறுதியாகத் தண்ணீருக்கு மேலே துள்ளும் என்று பொருள் கொள்ளக் கூடாது. இருப்பினும், அது மேலே துள்ளினாலும் துள்ளலாம்.

"இறைவனே, அது மேலே துள்ளட்டும்" என்றான் முதியவன். "அதைக் கையாள்வதற்குத் தேவையான கயிறு என்னிடம் இருக்கிறது."

நான் கயிற்றை இழுத்துப் பிடித்து கயிற்றின் விறைப்பைக் கொஞ்சம் கூட்டலாம். ஆனால், அது மீனுக்கு வேதனை உண்டாக்கும். அதனால் மீன் துள்ளலாம் என்று அவன் நினைத்தான். இப்போது, இந்தப் பகல் வேளையில், அது துள்ளட்டும், துள்ளி அதன் முதுகு எலும்பைச் சேர்ந்துள்ள சுவாசப் பையைக் காற்றால் நிரப்பட்டும். காற்றுப் பை நிரம்பியபின் மீனால் ஆழப்பகுதிக்குப் போக முடியாது; அப்படிப் போனால் அது வாழ முடியாது.

கயிற்றின் விறைப்பை இன்னும் கொஞ்சம் கூட்ட முயற்சி செய்தான். ஆனால், மீன் கொக்கியில் மாட்டிய நேரத்திலிருந்து இப்போது கயிறு முறுக்கேறி அறுந்து விடும் எல்லையைத் தொட்டிருந்தது. அவன் பின்புறமாகச் சாய்ந்து, மீன் மாட்டியிருந்த தூண்டில் கயிற்றை இழுத்த போது அதன் கனத்தை உணர்ந்தான். அதற்கும் அதிகமாகக் கயிற்றுக்கு அழுத்தம் கொடுக்கக் கூடாது என்பது அவனுக்குத் தெரியும். நான் கயிற்றைச் சுண்டி இழுக்கவும் கூடாது என்று நினைத்தான். ஒவ்வொரு முறை சுண்டி இழுக்கும்போதும், கொக்கியால் மீனின் வாயில் ஏற்பட்டுள்ள வெட்டுக் காயம் விரிவடைந்து மீன் துள்ளும் போது கொக்கியை அது துப்பிவிடலாம்; அதனால் அது தப்பிவிடலாம். சூரிய வெளிச்சம் எனக்குச் சாதகமாக இருப்பதால், அதைப் பற்றி இப்போதைக்கு நான் சிந்திக்க வேண்டியதில்லை.

மஞ்சள் கடற்பாசிகள் கயிற்றில் ஒட்டிக்கொண்டிருந்தன. அவை கயிற்றின் கனத்தை அதிகரிக்கும்; மீன் கயிற்றை இழுக்கும் தாக்கத்தைக் குறைக்கும். அதனால் அவன் மகிழ்ச்சி அடைந்தான். இந்தச் செடிகள் இரவு நேரத்தில் அதிக அளவு ஒளிக்கற்றைகளை வீசக்கூடியவை.

"மீனே" என்று அழைத்த முதியவன், "நான் உன்னை மிகவும் நேசிக்கிறேன், மதிக்கிறேன். ஆனால், இன்றைய நாள் முடியும் முன்னர் நான் உன்னைக் கொன்று சாகடிப்பேன்" என்று கூறினான்.

அப்படியே நம்புவோம் என்று எண்ணினான்.

ஒரு சின்னப் பறவை வடக்கிலிருந்து படகை நோக்கி வந்தது; வந்தது ஒரு கதிர்க்குருவி. தண்ணீருக்கு மேல் மிகத் தாழ்வாகப் பறந்து

வந்த அந்தப் பறவை மிகவும் சோர்வடைந்திருந்ததை முதியவனால் காண முடிந்தது.

அது படகின் பின்விளிம்பில் உட்கார்ந்து ஓய்வு எடுத்தது. பின்னர், அது முதியவனின் தலையைச் சுற்றிப் பறந்து கயிற்றில் அதற்கு மிகவும் வசதியான இடத்தில் உட்கார்ந்தது.

"உனக்கு என்ன வயதாகிறது?" என்று முதியவன் அந்தப் பறவையைக் கேட்டான். "இதுதான் உன் முதல் பயணமா?"

அவன் பேசிய போது பறவை அவனைப் பார்த்துக்கொண்டிருந்தது. கயிற்றைச் சோதித்துப் பார்க்கவும் முடியாத அளவுக்கு அது சோர்வாக இருந்தது. அதன் மென்மையான கால்களால் கயிற்றை இறுக்கப் பிடித்திருந்தாலும், அது படகின் அசைவிற்கு ஏற்பத் தள்ளாடியது.

"கயிறு உறுதியாய் இருக்கிறது" என்று பறவையிடம் முதியவன் சொன்னான். "மிகவும் உறுதியாக இருக்கிறது. காற்றே இல்லாத ஓர் இரவில் பறந்து வந்த நீ இவ்வளவு சோர்வு அடையக் கூடாது. என்ன பறவைகள் இவை?"

இந்தப் பறவைகளைச் சந்திப்பதற்காகக் கடலுக்கு வரும் பருந்து களைப் பற்றி நினைத்தான். ஆனால், அவனைப் புரிந்துகொள்ள முடியாத இந்தப் பறவையிடம் பருந்துகளைப் பற்றி அவன் எதுவும் கூற விரும்பவில்லை. அதுவாகவே கூடிய சீக்கிரத்தில் பருந்துகளைப் பற்றித் தெரிந்துகொள்ளும்.

"சின்னப் பறவையே, நன்றாக ஓய்வெடு" என்றான். "அதன்பின், உன்னுடைய வருங்காலத்தை, ஒரு மனிதனைப் போலவோ, பறவையைப் போலவோ மீனைப் போலவோ எதிர்கொள்வாய்."

இரவில் அவன் முதுகு விறைப்பு அடைந்தது; அதுவே அவனைப் பேசுவதற்கு ஊக்கப்படுத்தியது; ஆனால், இப்போது உண்மையில் வலித்தது.

"பறவையே, நீ விரும்பினால் என் வீட்டில் தங்கிக்கொள்" என்று முதியவன் சொன்னான். "என்னால் பாய்மரப் பாயை ஏற்றி, அதிகரித்துக்கொண்டிருக்கும் மிதமான காற்றில் உன்னை அழைத்துச் செல்ல முடியாது. அதற்காக நான் வருத்தப்படுகிறேன். ஏனென்றால், நான் ஒரு நண்பனுடன் இருக்கிறேன்."

அந்த நேரத்தில், மீன் திடீரென முன்னால் பாய்ந்து கயிற்றை வெட்டி இழுத்து அவனைப் படகின் முன்பகுதியில் கீழே தள்ளியது. அதை அவன் தைரியமாக எதிர்கொண்டு, சுதாரித்து மீனின்

தடாகம் 57

இழுப்புக்குத் தக்கவாறு கயிற்றைக் கொஞ்சம் விட்டுக் கொடுக்காமல் இருந்திருந்தால், மீன் அவனைப் படகிற்கு வெளியே இழுத்துப் போட்டிருக்கும்.

கயிறு வெடுக்கென இழுக்கப்பட்ட நேரத்தில், பறவை பறந்திருந்தது. ஆனால், அது பறந்துபோனதைக்கூட அவன் பார்க்கவில்லை. வலது கையால் கயிற்றை எச்சரிக்கையாகத் தொட்டுப் பார்த்தான். அவன் கையிலிருந்து இரத்தம் வழிந்துகொண்டிருந்ததைக் கவனித்தான்.

"ஏதோ ஒன்று மீனுக்கு வலி உண்டாக்கியிருக்கிறது" என்று சத்தமாகச் சொல்லிக்கொண்டே கயிற்றைக் கொஞ்சம் இழுத்து மீனைத் திருப்ப முடியுமா என்று பார்த்தான். ஆனால், கயிறு அறுந்து விடும் நிலையை அடைந்தவுடன், கயிற்றை அதே நிலையில் நிறுத்தி, கயிற்று இழுப்பின் தாக்கத்தையும் பொறுத்துக்கொண்டு அவன் முன்பு இருந்த இடத்துக்கு வந்தான்.

"மீனே, நீ இப்போது வலியை உணர்கிறாய். நான் எவ்வளவு வலியைத் தாங்கிக்கொண்டிருக்கிறேன் என்பது இறைவனுக்கே வெளிச்சம்."

அந்தப் பறவை எங்காவது கண்ணுக்குத் தட்டுப்படுகிறதா என்று சுற்றும்முற்றும் பார்த்தான். பறவை அவனுக்குத் துணையாக இருந்திருந்தால் அவன் மகிழ்ச்சி அடைந்திருப்பான். ஆனால், அது போயே போயிருந்தது.

பறவையே, இங்கே நீ அதிக நேரம் தங்கவில்லை என்று நினைத்தான். ஆனால், நீ கரை போய்ச்சேரும்வரை உனது பயணம் கரடுமுரடாகத்தான் இருக்கும். ஒரே ஒரு முறை வெடுக்கென இழுத்து என் கையில் காயம் ஏற்படுத்த அந்த மீனை நான் எப்படி அனுமதித்தேன்? நான் முட்டாளாய் மாறிக்கொண்டிருக்கிறேன். ஒரு வேளை, நான் அந்தச் சின்னப் பறவையைப் பார்த்துக்கொண்டும் அதைப்பற்றி நினைத்துக்கொண்டும் இருந்திருப்பேன். நான் இப்போது என்னுடைய வேலையில் கவனம் செலுத்த வேண்டும். அதன் பின் அந்தச் சூரை மீனைச் சாப்பிட வேண்டும்; அது என்னுடைய வலிமையை நான் இழக்காமலிருக்க உதவும்.

"சிறுவன் இங்கே இருந்தால் நன்றாக இருந்திருக்கும். கொஞ்சம் உப்பும் கொண்டுவந்திருந்தால் நன்றாக இருந்திருக்கும்" என்று அவன் சத்தமாகச் சொன்னான்.

கயிற்றின் எடையை இடது தோளுக்கு மாற்றி, எச்சரிக்கையுடன் மண்டியிட்டு அவன் கையைக் கடல்நீரில் கழுவினான். சிறிது நேரம் தண்ணீருக்குள்ளேயே கையை வைத்திருந்தான். இரத்தம் தண்ணீரால் அடித்துச் செல்லப்படுவதையும், படகு முன்னோக்கிச் சென்றதால் அவன் கைக்கு எதிராக தண்ணீர் ஒரே சீராக நகர்வதையும் பார்த்தான்.

"மீன் அதன் வேகத்தை மிகவும் குறைத்துவிட்டது" என்று அவன் சொன்னான்.

முதியவன் நீண்டநேரம் கையைத் தண்ணீருக்குள் வைத்திருந் திருப்பான். ஆனால், மீன் மீண்டும் ஒரு முறை வெடுக்கென முன்னால் பாய்ந்து கயிற்றை இழுத்துவிடுமோ என்று நினைத்துப் பயந்தான். அப்படி ஒரு நிகழ்வை எதிர்கொள்ளத் தயாராக எழுந்து நின்று, சூரியனுக்கு எதிராகக் கையைத் தூக்கிப் பார்த்தான். கை வழியாகக் கயிறு அழுத்தமாக இழுக்கப்பட்டதால் கைச் சதையில் வெட்டுக் காயம் ஏற்பட்டுள்ளது என்பதை அறிந்தான். அந்தக் காயம், கையின் வேலை செய்யும் பகுதியில் இருந்தது. மீனைப் படகில் இழுத்துப் போடுவதற்கு இரண்டு கைகளும் தேவை என்பது அவனுக்குத் தெரியும். அதனால், அந்த வேலை ஆரம்பிக்கும் முன்னமே கையில் காயம் பட்டதை அவன் விரும்பவில்லை.

தன்னுடைய கை உலர்ந்திருந்ததைப் பார்த்த முதியவன், "நான் இப்போது அந்தச் சின்ன சூரை மீனைச் சாப்பிட வேண்டும். கொக்கியால் அதை இங்கே இழுத்து வசதியாக உட்கார்ந்து சாப்பிடலாம்" என்று சொன்னான்.

அவன் மண்டியிட்டு படகின் பின்பக்கத்தின் அடிப்பகுதியில் கொக்கியுடன் சூரை மீன் இருப்பதைக் கண்டான். அங்கிருந்த கயிற்றுச் சுருள்களைக் கலைத்துவிடாமல், சூரை மீனை அவன் பக்கமாக இழுத்தான். கயிற்றை மீண்டும் இடது தோள்மீது போட்டு இடது புஜத்தாலும் கையாலும் இறுக்கப் பிடித்தான். மீன் கயிற்றை இழுத்தால், அதை எதிர்கொள்ளத் தயாராய் இருந்தான். கொக்கியி லிருந்து சூரை மீனை எடுத்தபின், கொக்கியை மீண்டும் அதன் இடத்தில் வைத்தான். ஒரு முட்டியால் மீனை அழுத்தி, மீனின் பின்புறத்தில் தலையிலிருந்து வால் வரையிலான கறுத்த இறைச்சியை நீளவாக்கில் கூறுகளாக வெட்டினான். அவை ஆப்பு வடிவத்தில் இருந்தன. அடுத்து, முதுகு எலும்பிலிருந்து கீழாக வயிற்றின் அடிப் பகுதி வரை வெட்டினான். இவ்வாறு ஆறு கூறுகளை வெட்டி அவற்றைப் படகின் முன்பக்கப் பலகையில் பரப்பினான். கத்தியை

தடாகம் 59

அவன் கால் சட்டையில் துடைத்த பின், மீனின் எலும்பை அதன் வாலைப் பிடித்து படகிற்கு வெளியே எறிந்தான்.

"முழு மீனையும் என்னால் சாப்பிட முடியும் என்று எனக்குத் தோன்றவில்லை" என்றான் அவன். மீன் துண்டுகளில் ஒன்றைக் கத்தியால் அறுத்தான். அப்போது கயிறு தொடர்ந்து அழுத்தமாக இழுக்கப்படுவதை உணர்ந்தான். அவனது இடது கை கனமான கயிற்றை அழுத்திப் பிடித்திருந்த நிலையில் மரத்துப்போயிருந்தது; அந்தக் கையை அருவருப்புடன் பார்த்தான்.

"என்ன கை இது" என்றான் அவன். "மரத்துப்போவதாயிருந்தாலும் மரத்துப்போ. வளைந்த நகங்களாக மாறிப்போ. அது உனக்கு எந்த வகையிலும் நல்லதல்ல."

எதுவானாலும் எதிர்கொள்ள வேண்டும் என்று நினைத்தான். குனிந்து, இருண்ட நீரில் கயிறு சாய்ந்து சென்றதைப் பார்த்தான். மீன் துண்டுகளைச் சாப்பிடு, அது உனது கையைப் பலப்படுத்தும். நீ பல மணி நேரம் இந்த மீனுடன் இருக்கிறாய். அதனால்தான் கை மரத்துப் போயிற்று. அது உன் கையின் தப்பு இல்லை. நீ எப்போதும் மீனுடன் இருக்கலாம். இப்போது நீ மீனைச் சாப்பிடு.

ஒரு மீன் துண்டை எடுத்து வாயில் போட்டு அதை மெதுவாக மென்று தின்றான். அதன் சுவை ஒன்றும் மோசமாக இல்லை.

நன்றாகச் சவைத்துச் சாப்பிடு, அதிலுள்ள சாறு முழுவதையும் சாப்பிடு என்று அவன் எண்ணினான். எலுமிச்சைப் பழத்தின் சிறிய துண்டுடனோ உப்புடனோ சேர்த்துச் சாப்பிட்டால் சுவையாக இருக்கும்.

"கையே, எப்படி இருக்கிறாய்?" என்று கிட்டத்தட்ட விறைத்த பிணத்தைப்போல் மரத்துப்போன அவன் கையைப் பார்த்துக் கேட்டான். "உனக்காக நான் இன்னும் கொஞ்சம் மீன் துண்டுகளைச் சாப்பிடுகிறேன்."

இரண்டாக வெட்டப்பட்டிருந்த மீன் துண்டின் மறு பகுதியைச் சாப்பிட்டான். அதை மெதுவாக மென்று, பின்னர் அதன் தோலை வெளியே துப்பினான்.

"இப்போது எப்படி உணர்கிறாய், கையே? அல்லது கொஞ்ச நேரம் சென்ற பின்தான் அதன் விளைவு தெரியுமோ?"

பின்னர், அவன் மற்றொரு முழு மீன் துண்டையும் சவைத்துச் சாப்பிட்டான்.

அது உறுதியான இரத்தம் நிறைந்த மீன், என்று நினைத்தான். டால்பின் மீனுக்குப் பதிலாக இந்த மீன் கிடைத்தது என் கொடுப்பினை. டால்பின் மிகவும் இனிப்பாக இருக்கும். இந்த மீனில் இனிப்பே இல்லை. மேலும், அதன் வலிமை குறையாமல் அப்படியே இருக்கிறது.

எதுவானாலும் நடைமுறைக்கு உகந்ததாக இருக்க வேண்டும். அப்படி இல்லாமல் வேறு எப்படி இருந்தாலும் அதனால் பயனில்லை என்று அவன் எண்ணினான். கொஞ்சம் உப்பு கொண்டுவந்திருக்கலாம். மிச்சமிருக்கும் மீன் துண்டுகளைச் சூரியன் உலர்த்துமா அல்லது கெட்டுப்போகச் செய்யுமா என்று தெரியாது. அதனால், எனக்கு இப்போது பசி இல்லை என்றாலும் மிச்சத் துண்டுகளையும் தின்று தீர்த்துவிடுவதே நல்லது. தூண்டிலில் மாட்டியுள்ள மீன் அமைதியாகவும் சீராகவும் போய்க்கொண்டிருக்கிறது. மீதமிருக்கும் மீன் துண்டுகளையும் இப்போதே தின்றுவிட்டு நான் ஆயத்தமாகிறேன்.

"பொறுமை காப்பாய், என் கையே" என்றான் அவன். "உனக்காகத் தான் நான் இதைச் செய்கிறேன்."

தூண்டிலில் உள்ள மீனுக்கும் இரை கொடுக்க முடிந்தால் நன்றாய் இருக்கும் என்று நினைத்தான். அவன் எனது சகோதரன். ஆனால், நான் அதைக் கொல்ல வேண்டும்; அதைச் செய்வதற்கு நான் வலிமையுடன் இருக்க வேண்டும். மெதுவாக எவ்வித குற்றவுணர்ச்சியும் இல்லாமல் ஆப்பு வடிவிலிருந்த எல்லா மீன் கூறுகளையும் சாப்பிட்டான்.

கால் சட்டையில் கையைத் துடைத்தபடி நிமிர்ந்து உட்கார்ந்தான்.

"கையே, நீ இப்போது கயிற்றை விட்டுவிடலாம்" என்று அவன் கூறினான். "நீ உனது முட்டாள்தனத்தை நிறுத்தும் வரை நான் எனது வலது கையால் மட்டுமே அதைச் சமாளிக்கிறேன்." இடது கையிலிருந்த அந்தப் பெரிய கயிற்றை இடது பாதத்தால் மிதித்தபடி மீனின் இழுப்பு விசைக்கு எதிராகப் பின்பக்கமாகச் சாய்ந்து செயல் பட்டான்.

"இடது கையின் மரமரப்பிலிருந்து விடுபட எனக்கு இறைவன் துணை நிற்பாராக" என்றான் அவன். "ஏனென்றால், அந்த மீன் என்ன செய்யப்போகிறது என்று எனக்குத் தெரியாது."

ஆனால், அந்த மீன், அதன் திட்டத்தைப் பின்பற்றி அமைதி காப்பதாகத் தெரிகிறது என்று அவன் எண்ணினான். அதன் திட்டம் என்னவாக இருக்கும் எனச் சிந்தித்தான். அது சரி, என்னுடைய திட்டம் என்ன? அது மிகப் பெரிய மீனாக இருப்பதால், அதன் திட்டத்துக்கு

ஏற்ப சமயத்துக்குத் தகுந்தாற்போல் எனது திட்டத்தைத் தீர்மானிக்க வேண்டும். அது மேலே துள்ளினால் என்னால் அதைக் கொல்ல முடியும். ஆனால், அது எப்போதும் தண்ணீருக்கு அடியிலேயே இருக்கிறது. அப்படியானால், நானும் கீழே சென்று எப்போதும் அதனுடன் இருப்பேன்.

மரத்துப்போன அவனது கையை அவன் கால் சட்டையில் தேய்த்து விரல்களை மிருதுவாக்க முயற்சி செய்தான். ஆனால், விரல்களை நிமிர்த்த முடியவில்லை. சூரிய வெப்பத்தால் அது திறக்கலாம் என்று நினைத்தான். நான் சாப்பிட்ட சமைக்காத வலுவான சூரை மீன் செரித்தவுடன் அது திறக்கலாம். நான் அதைத் திறந்துதான் ஆக வேண்டும் என்றால், பின்விளைவுகளைப் பற்றிக் கவலைப்படாமல் நான் அதைத் திறப்பேன். ஆனால், என் பலத்தைப் பயன்படுத்தி இப்போது நான் அதைத் திறக்க விரும்பவில்லை. அது தானாகவே திறந்து அதன் இயல்பு நிலைக்குத் திரும்பட்டும். மற்ற கயிறுகளைத் தூண்டிலில் இருந்து வெட்டி எடுத்து அவற்றை ஒன்றுசேர்க்கும் தேவை ஏற்பட்டபோது, உண்மையில் நான்தான் அதை இரவில் தவறாகப் பயன்படுத்திவிட்டேன்.

அவன் கடலைச் சுற்றும்முற்றும் பார்த்து இப்போது எவ்வளவு தனிமையில் இருக்கிறான் என்பதை அறிந்தான். ஆனால், ஆழ் கடலின் ஆழத்தில் இருண்ட நீரில் படிமங்களைக் கண்டான்; அவன் முன்னால் நீண்டு சென்ற கயிற்றைக் கண்டான்; அமைதியின் அதிசயமான அலைகளையும் கண்டான். எப்போதும் நிலநடுக் கோடு நோக்கியும், மேற்கு நோக்கியும் வீசும் காற்றால் மேகங்கள் கூட்ட மாகத் திரண்டு சென்றன. அவனுக்கு முன்னால் தண்ணீர் மட்டத்துக்கு மேல் காட்டு வாத்துகளின் கூட்டம் ஒன்று, நீல மேகத்தின் பின்னணியில் கோடு பொறித்துக்கொண்டும், கொஞ்சம் மங்கலாகியும், மீண்டும் கோடு பொறித்துக்கொண்டும் வலசை சென்றது. கடலில் எந்த ஒரு மனிதனும் ஒருபோதும் தனியாக இருந்தது இல்லை என்பதை முதியவன் அறிவான்.

எப்படி சில மனிதர்கள் சிறு படகுகளில் நிலப்பகுதி கண்ணி லிருந்து மறையும் தூரத்திற்கும் அப்பால் கடலுக்குச் செல்லப் பயப் படுகிறார்கள் என்பதைப் பற்றிச் சிந்தித்தான். திடீரென வானிலை மோசமாகும் மாதங்களில் அவர்கள் பயப்படுவது சரிதான் என்று அவனுக்குத் தெரியும். இப்போது அவர்கள் சூறாவளிக் காற்றடிக்கும் மாதங்களில் இருக்கிறார்கள். ஆனால், சூறாவளிக் காற்று இல்லாத

நிலையில், சூறாவளிக் காற்றடிக்கும் மாதங்களில்தான் ஒரு வருடத்தின் மீன்பிடிக்க உகந்த மிகச் சிறந்த வானிலை நிலவும்.

சூறாவளி உண்டாகுமானால், நீ கடலில் இருக்கும் போது அதற் கான அறிகுறிகளைப் பல நாட்களுக்கு முன்னரே வானத்தில் பார்க்க முடியும். அவற்றைக் கரையிலிருந்து பார்க்க முடியாது. ஏனென்றால், சூறாவளியை அறிவதற்கு அது வரும் முன்பாகவே அதை என்னென்ன அறிகுறிகளைப் பார்க்க வேண்டும் என்பது அங்கு இருப்பவர் களுக்குத் தெரியாது. நிலப்பரப்பும் மேகங்களின் தோற்றத்தில் சில வித்தியாசங்களை ஏற்படுத்தும். ஆனால், இப்போது சூறாவளி எதுவும் வரவில்லை.

அவன் வானத்தைப் பார்த்தான். அங்கு இதமான ஐஸ் கிரீம் அடுக்குகள் போன்ற திரண்டு செறிந்த வெண் முகில்களைக் கண்டான். அதற்கும் மேலே உயரத்தில் செப்டம்பர் மாத வானத்தில், பஞ்சு மற்றும் மெல்லிய இறகுகள் போன்ற மென்மையான வண்ண முகிற் கூட்டங்களையும் கண்டான்.

“இளந்தென்றல் வீசுகிறது” என்று அவன் சொன்னான். “மீனே, உன்னைவிட எனக்குத்தான் சிறந்த வானிலை கிடைக்கிறது.”

இன்னமும் இடது கையில் மரமரப்பு இருந்தது. அதிலிருந்து அதை அவன் மெதுவாக விடுவித்துக்கொண்டிருந்தான்.

நான் மரமரப்பை வெறுக்கிறேன் என்று நினைத்தான். மரமரப்பு என்பது ஒருவனுடைய உடம்பு அவனுக்குச் செய்யும் நம்பிக்கைத் துரோகம். நச்சுக்களால் கெட்டுப்போன உணவைச் சாப்பிட்டு அதனால் மற்றவர்கள் முன்னிலையில் ஏற்படும் வயிற்றுப்போக்கும், வாந்தியும் அவமானமாகும். ஆனால், மரமரப்பு, நரம்புப் பிடிப்பு போல் ஒருவனை, அதிலும் குறிப்பாக அவன் தனியாக இருக்கும் போது, அவமானப்படுத்துகிறது.

சிறுவன் என்னுடன் இருந்திருந்தால், அவன் அதை நன்றாகத் தேய்த்து, கையின் முன்பகுதியிலிருந்து மரமரப்பைத் தளர்த்தியிருப் பான் என்று அவன் நினைத்தான். ஆனால், அது சீக்கிரம் தளர்ச்சி அடையும்.

தண்ணீரில் கயிற்றின் சாய்மானத்தில் ஏற்பட்ட மாற்றத்தை அவன் பார்ப்பதற்கு முன்னாலேயே கயிறு இழுக்கப்படும் வேகத்தில் ஏற் பட்ட வித்தியாசத்தை அவன் வலது கையால் உணர்ந்தான். கயிற்றின் இழுப்புக்கு எதிராகச் சாய்ந்து நின்று, இடது கையை அவன்

தொடையில் அழுத்தமாகவும் வேகமாகவும் அடித்தான். அப்போது கயிறு மெதுவாக மேல்நோக்கி சாய்ந்து வருவதைப் பார்த்தான்.

"மீன் மேலே வந்துகொண்டிருக்கிறது" என்று சொன்ன அவன், "கையே வா. சீக்கிரம் குணமடைந்துவிடு. தயவுசெய்து குணமடைந்து விடு" என்றும் சொன்னான்.

கயிறு மெதுவாகவும் ஒரே சீராகவும் மேலே வந்தது. அதன்பின், படகுக்கு முன்னால் கடலின் நீர் மட்டம் மேலே எழுந்தது; மீனும் நீரிலிருந்து வெளியே வந்தது. முடிவே இல்லாததுபோல் அது மெதுவாக வெளியே வந்துகொண்டிருந்தது. அதன் இரு பக்கங்களிலு மிருந்து தண்ணீர் கொட்டியது. சூரிய ஒளியில் அந்த மீன் பளீச்செனத் தெரிந்தது. அதன் தலையும் முதுகும் இருள் கத்தரி நிறத்தில் இருந்தன; சூரிய வெளிச்சத்தில், அதன் இரு பக்கங்களிலும் இருந்த பட்டைகள் அகலமாகவும் இளம் ஊதா நிறத்திலும் தெரிந்தன. அதன் முதுகிலிருந்த வாள் போன்ற துடுப்பு, பேஸ்பால் மட்டைபோல் நீளமாக இருந்தது. அந்தத் துடுப்பின் முன்பகுதி, குத்துவாள்போல் சிறுத்தும் இருந்தது. இப்போது, மீனின் முழு நீளமும் தண்ணீருக்கு வெளியே தெரிந்தது. அதன் பின், அது முத்துக்குளிப்பவன்போல் சீராக மீண்டும் நீரில் இறங்கிய போது முதியவன் அதன் பெரிய அரிவாள் போன்ற வாலின் இரண்டு அலகுகளையும் பார்த்தான். கயிறு வேகமாக வெளியே ஓடத் தொடங்கியது.

"படகைவிட மீன் இரண்டு அடி நீளம் அதிகமாக இருக்கிறது" என்று முதியவன் சொன்னான். கயிறு வேகமாக, ஆனால், சீராக அவன் கைகளிலிருந்து வெளியே போய்க்கொண்டிருந்தது. ஆனால், அந்த மீன் பதற்றம் அடையவில்லை. முதியவன் இரண்டு கைகளாலும் கயிற்றைப் பிடித்து, அது அறுந்துவிடக்கூடிய விளிம்புக்குக் கீழே நிறுத்த முயற்சி செய்துகொண்டிருந்தான். கயிற்றை இழுத்துத் தொடர்ந்து அழுத்தம் கொடுத்து மீனின் வேகத்தைக் கட்டுப்படுத்தா விட்டால், மீன் முழு நீளக் கயிற்றையும் இழுத்துச் சென்று அதை அறுத்துவிடும் என்று அவனுக்குத் தெரியும்.

அது ஒரு சிறந்த மீன்; அதை நான் நம்பச் செய்ய வேண்டும் என்று அவன் நினைத்தான். அதன் வலிமை என்ன என்பதையும், அது ஓடத் தொடங்கினால் அதன் விளைவு என்னவாக இருக்கும் என்பதையும் அது அறிந்துகொள்ள ஒருபோதும் நான் அனுமதிக்கக் கூடாது. நான் அந்த மீனாக இருந்தால், என்னுடைய வலிமை அனைத்தையும் பயன்படுத்தி, கயிறு ஏதாவது ஓர் இடத்தில் அறுந்து

போகும் வரைப் போய்க்கொண்டே இருப்பேன். ஆனால், இறைவன் அருளால், மீன்களைக் கொல்லும் நம் போன்ற மனிதர்களைப்போல் அந்த மீன்கள் புத்திசாலிகளாக இல்லை. இருப்பினும், அவை மனிதர்களைவிட உன்னமானவை; திறமையானவை.

முதியவன் எத்தனையோ சிறந்த மீன்களைப் பார்த்திருக்கிறான். ஆயிரம் பவுண்டுகளுக்கும் அதிகமான எடையுள்ள பல மீன்களையும் பார்த்திருக்கிறான்; அவன் வாழ்நாளில் அதே அளவுள்ள இரண்டு மீன்களைப் பிடித்திருக்கிறான், ஆனால், ஒருபோதும் தனி ஆளாகப் பிடித்ததில்லை. அவன் தனியாக, நிலப்பரப்பிலிருந்து அதிக தூரத்தில், அவன் இதுவரைப் பார்த்த, கேள்விப்பட்ட மீன்களைவிட மிகப் பெரிய மீனுடன் இப்போது இணைக்கப்பட்டிருக்கிறான். எதையாவது இறுக்கிப் பிடித்திருந்த ஒரு கழுகின் நகங்களைப்போல இன்னமும் அவனது இடது கை இறுக்கமாகவே இருக்கிறது.

இருப்பினும், அது மரமரப்பிலிருந்து விடுபடும் என்று அவன் நினைத்தான். நிச்சயமாக அது மரமரப்பிலிருந்து விடுபட்டு எனது வலது கைக்கு உதவி செய்யும். மூன்று பேர் சகோதரர்களாக இருக்கிறார்கள். அந்த மீன் மற்றும் எனது இரண்டு கைகள். அது மரமரப்பிலிருந்து விடுபட்டே ஆக வேண்டும். அது மரமரப்பாக இருப்பது அதன் தகுதிக்கு ஏற்றதல்ல. மீன், இப்போது அதன் வேகத்தைக் குறைத்து, அதனுடைய வழக்கமான வேகத்தில் போய்க் கொண்டிருந்தது.

மீன் எதற்காக மேலே துள்ளியது என்பது வியப்பாய் இருக்கிறது என்று நினைத்தான். அது எவ்வளவு பெரிய மீனாய் இருக்கிறது என்பதை என்னிடம் காட்டுவதற்காக இருக்கலாம். எப்படியோ, அது எவ்வளவு பெரிய மீன் என்று இப்போது நான் அறிந்துகொண்டேன். நான் எப்படிப்பட்ட மனிதன் என்று மீனுக்குக் காட்டியிருக்கலாம். காட்டியிருந்தால், அது எனது மரத்துப்போன கையையும் பார்த் திருக்கும். நான் உண்மையில் எப்படி இருக்கிறேனோ அதைவிட அதிக வலிமையானவன் என்று அது நினைக்கட்டும்; நானும் அப்படியே இருப்பேன். என்னிடம் இருப்பது மன உறுதியும் புத்தி சாலித்தனமும் மட்டுமே. அதற்கு மாற்றாக, அந்த மீனிடம் இருக்கும் அத்தனை வலிமையையும் உடைய மீனாக நான் இருந்திருக்கலாம் என்று நினைத்தான்.

அவன் மரப் பலகையின் மீது சாய்ந்து வசதியாக உட்கார்ந்தான். அவனுக்கு ஏற்பட்ட துன்புறுதலை அப்படியே ஏற்றுக்கொண்டான்.

மீன் ஒரே சீராக நீந்தியது. இருண்ட நீரில் படகு மெதுவாகச் சென்றது. கிழக்கிலிருந்து வந்த காற்றால் கடலின் நீர்மட்டம் சிறிது உயர்ந்தது. உச்சிவேளையில் முதியவனின் இடது கை மரமரப்பிலிருந்து விடு பட்டது.

"மீனே, உனக்கு இது ஒரு கெட்ட செய்தி" என்று கூறினான். அவனுடைய தோள்களை மறைத்த சாக்கின் மீது கிடந்த கயிற்றைக் கொஞ்சம் நகர்த்தினான்.

அவன் வசதியாக உட்கார்ந்திருந்தான்; துயரங்களையும் அனு பவித்தான். ஆனால், ஒருபோதும் அவன் அடைந்த துயரங்களை அவன் ஒப்புக்கொண்டதில்லை.

"நான் மதப் பற்று உடையவன் இல்லை" என்றான் அவன். "ஆனால், நான் இந்த மீனைப் பிடித்தால் பத்துமுறை கர்த்தர் ஜெபத்தையும், பத்துமுறை மரியாள் வாழ்த்தையும் சொல்கிறேன். அது மட்டுமல்ல, அதை நான் பிடித்தால், வர்ஜின் டி கோப்ரே ஆலயத்துக்கு யாத்திரை செல்கிறேன் என்று உறுதி கூறுகிறேன். இது சத்தியம்."

இயந்திரத்தனமாக அவன் பிரார்த்தனைகளைச் சொல்லத் தொடங் கினான். சில சமயம், அவன் மிகவும் சோர்வடைந்த நிலையில் பிரார்த்தனைகளை மறந்துவிடுவான். அதன்பின், பிரார்த்தனைகளை வேகமாகச் சொல்வான்; அவை தானாகவே நினைவுக்கு வந்தன. கர்த்தரின் ஜெபங்களைவிட மரியாள் வாழ்த்துகள் சொல்வது எளிதாக இருக்கின்றன என்று அவன் எண்ணினான்.

"அருள் நிறைந்த மரியே வாழ்க! கர்த்தர் உம்முடனே, பெண்களில் ஆசீர்வதிக்கப்பட்டவர் நீரே, உம்முடைய திருவயிற்றின் கனியாகிய யேசுவும் ஆசீர்வதிக்கப்பட்டவரே. அர்ச்சிஸ்ட மரியாயே! சர்வேஸ் வரனுடைய மாதாவே, பாவிகளாயிருக்கிற எங்களுக்காக இப் பொழுதும், எங்கள் மரண நேரத்திலும் வேண்டிக்கொள்ளும். ஆமென்." அத்துடன் கூடுதலாக ஒரு பிரார்த்தனையையும் இணைத் தான்: "ஆசீர்வதிக்கப்பட்ட கன்னி மரியாயே, இந்த மீனின் மரணத் திற்காகவும் வேண்டிக்கொள்ளும். அது ஒரு அற்புதமான மீனாகவே இருந்தபோதிலும்."

பிரார்த்தனைகளைச் சொல்லி முடித்ததும், மிகவும் தெம்புடன் இருப்பதாக உணர்ந்தான். ஆனால், முன்பு அனுபவித்த சரியாக அதே அளவு துயரத்தை, இல்லை, இன்னும் கொஞ்சம் அதிக

அளவு துயரங்களை அனுபவித்தான். படகின் முகப்புப் பலகையில் சாய்ந்தவாறு இயந்திரத்தனமாக இடது கை விரல்களை நீட்டி மடக்கினான்.

தென்றல் காற்றின் வேகம் கொஞ்சம்கொஞ்சமாகக் கூடிக்கொண் டிருந்தாலும், சூரியனின் தாக்கம் அதிகமாகத்தான் இருந்தது.

"படகின் பின்பக்கத்திலுள்ள சிறிய தூண்டிலின் இரையை மாற்றுவது உகந்தது" என்று நினைத்தான். "அந்த மீன் இன்று இரவு முழுவதும் தண்ணீரின் அடியிலேயே தங்குவதாகத் தீர்மானித்தால், நான் மீண்டும் ஒரு முறை சாப்பிட வேண்டும். மேலும், குப்பியில் தண்ணீர் குறைவாகத்தான் இருக்கிறது. இங்கே டால்பின் மீனைத் தவிர வேறு மீன் எதுவும் கிடைக்கும் என்று எனக்குத் தோன்றவில்லை. ஆனால், அதைப் பிடித்தவுடன் சாப்பிட்டால், அது ரொம்பவும் மோசமாக இருக்காது. இன்று இரவு பறவைமீன் ஒன்று படகினுள் விழுந்தால் நன்றாய் இருக்கும். ஆனால், அதைக் கவர்ந்து இழுக்கும் வெளிச்சம் என்னிடம் இல்லை. பறவைமீனைச் சமைக்காமல் அப்படியே சாப்பிட்டால் ருசியாக இருக்கும். நான் அதைச் சின்னக் கூறுகளாக வெட்ட வேண்டிய அவசியமும் இல்லை. இப்போது என்னுடைய வலிமையை எல்லாம் சேமித்து வைக்க வேண்டும். இயேசுவே! அது இவ்வளவு பெரிய மீனாக இருக்கும் என்று எனக்குத் தெரியாது.

"இருப்பினும், அதை நான் சாகடிப்பேன்" என்று சொன்ன அவன், "அதன் மகத்துவத்திலும், மகிமையிலும்" என்றும் சொன்னான்.

அது அநீதியாகவே இருந்தாலும் பரவாயில்லை என்று நினைத்தான். ஆனால், ஒரு மனிதன் என்ன செய்ய முடியும் என்றும், ஒரு மனிதன் எந்த அளவு சகிக்கிறான் என்றும் நான் அதற்குக் காண்பிப்பேன்.

"நான் ஒரு வினோதமான முதியவன் என்று சிறுவனிடம் சொன்னேன். அதை மெய்ப்பிக்கும் தருணம் இதுவே" என்றான் முதியவன்.

இதற்கு முன்பு அதை அவன் ஆயிரம் முறை மெய்ப்பித்திருந்தாலும் அதற்குப் பொருள் ஏதும் இல்லை. இப்போது மீண்டும் ஒருமுறை அதை மெய்ப்பித்துக்கொண்டிருக்கிறேன். ஒவ்வொரு முறை ஒரு வேலை செய்யும் போதும் அது புதிதாகச் செய்வதுபோலவே இருந்தது. அப்படி அவன் வேலை செய்யும் போது, கடந்தகாலத்தைப் பற்றி ஒருபோதும் அவன் நினைத்துப்பார்த்ததில்லை.

அந்த மீன் இப்போது தூங்கினால் நன்றாக இருக்கும்; நானும் தூங்கலாம்; தூக்கத்தில் சிங்கங்களைப் பற்றிக் கனவு காணலாம் என்று நினைத்தான். எப்போதும் எனக்குச் சிங்கங்களே முக்கியமானவை யாகத் தோன்றுவதற்குக் காரணம் என்ன? முதியவனே, சிந்திப்பதை நிறுத்து, என்று அவன் தனக்குத் தானே சொல்லிக்கொண்டான். எதைப் பற்றியும் சிந்திக்காமல் மரப்பலகையில் சாய்ந்து சுகமாக ஓய்வு எடு. மீன் அதன் வேலையைச் செய்துகொண்டிருக்கிறது. நீ எவ்வளவு குறைவாக வேலை செய்ய முடியுமோ அவ்வளவு குறைவாக வேலை செய்.

பிற்பகல் வந்த போதும் படகு மெதுவாக, ஒரே சீராகச் சென்றது. ஆனால், கிழக்கிலிருந்து வீசிய தென்றலால் கயிறு இழுக்கப்படுவதின் கனம் கூடியது. முதியவன் சிறிய கடலில் மெதுவாகப் பயணம் செய்தான். முதுகின் குறுக்காக ஓடிய கயிற்றின் அழுத்தம் மென்மை யாகவே இருந்தது; அதனால் ஏற்பட்ட வலியும் குறைவாக இருந்தது.

பிற்பகலில் மீண்டும் ஒருமுறை கயிறு மேலே வரத் தொடங்கியது. ஆனால், மீன் கொஞ்சம் மேல் மட்டத்தில் மட்டுமே தொடர்ந்து நீந்தியது. சூரிய வெப்பம் இப்போது முதியவனின் இடது கை, தோள், மற்றும் முதுகில் விழுந்தது. அதனால், மீன் வடகிழக்குத் திசையில் திரும்பிவிட்டது என்று தெரிந்துகொண்டான்.

ஒரு முறை அவன் மீனைப் பார்த்திருந்ததால், மீனின் மார்புடன் இணைந்த ஊதா நிற இறகுகளை அது இறக்கைகள்போல் அகலமாக விரித்ததையும், அதன் பெரிய நிமிர்ந்த வாலால் இருண்ட நீரைக் கிழித்து நீந்தியதையும் அவனால் கற்பனையில் காண முடிந்தது. அந்த ஆழத்தில் மீனால் எவ்வளவு பார்க்க முடியும் என்று நான் வியக்கிறேன் என்று முதியவன் நினைத்தான். மீனுக்கு மிகப் பெரிய கண்கள் இருக்கின்றன. அவற்றைவிட மிகவும் சின்னக் கண்களை உடைய குதிரையும் இருட்டில் பார்க்க முடியும். முன்பெல்லாம் என்னாலும் இருட்டில் நன்றாகப் பார்க்க முடிந்தது; முழுமையான இருட்டில் இல்லை, ஆனால், கிட்டத்தட்ட ஒரு பூனை பார்ப்பதுபோல.

சூரிய வெப்பத்தாலும், தொடர்ந்து அவன் விரல்கள் வேலை செய்ததாலும் அவனுடைய இடது கை மரமரப்பிலிருந்து முழுவது மாகக் குணம் அடைந்திருந்தது. ஆகையால் அவன் இடது கைக்கு அதிகமாக வேலை கொடுத்தான். அவன் முதுகுச் சதையைக் குலுக்கி கயிற்றின் வலியைக் கொஞ்சம் இடப்புறம் நகர்த்தினான்.

"மீனே, நீ இன்னமும் சோர்வடையவில்லை என்றால்" என்று அவன் சத்தமாகச் சொன்னான், "நீ மிகவும் வித்தியாசமான மீனாகத் தான் இருக்க வேண்டும்."

இப்போது அவன் மிகவும் சோர்வாக இருப்பதாக உணர்ந்தான். கூடிய சீக்கிரத்தில் இரவு வந்துவிடும் என்று அவனுக்குத் தெரியும். அதனால், அவன் மற்ற விஷயங்களைப் பற்றி நினைக்க முயன்றான். நேஷனல் லீஃக், மற்றும் அமெரிக்கன் லீஃக் ஆகிய குழுக்களைப் பற்றி நினைத்தான். அவனைப் பொறுத்தவரை அவைதான் மிகப் பெரிய அணிகள். நியூயார்க் யான்கீஸ் அணி, டெட்ராய்ட் டைகர்ஸ் அணிக்கு எதிராக விளையாடுவதை அவன் அறிந்திருந்தான்.

நான் இரண்டாவது நாளாக விளையாட்டுப் போட்டிகளின் முடிவு தெரியாமல் இருக்கிறேன் என்று எண்ணினான். ஆனால், நான் நம்பிக்கையுடன் இருக்க வேண்டும். கால் ஆணியின் வலியுடன் விளையாடினாலும், மாவீரர் டிமாகியோ செய்வது அனைத்தும் திருந்தச் செய்வார். அவரைப் பற்றி பேசும் அளவுக்கு நானும் தகுதி பெற வேண்டும். கால் ஆணி என்றால் என்ன? என்று அவனிடமே கேட்டான். கால் ஆணி நமக்கு இல்லை. கால் ஆணியால் ஏற்படும் வலி, சண்டைச் சேவலின் ஒரு குதிகாலில் உள்ள ஆணியால் ஏற்படும் வலிபோல் இருக்குமா? அதை என்னால் தாங்க முடியும் என்று எனக்குத் தோன்றவில்லை. ஒரு கண்ணையோ இரண்டு கண்களையோ இழந்த பின்னரும் தொடர்ந்து சண்டை போடும் சண்டைச் சேவல்களைப் போல அந்த வலியை என்னால் தாங்க முடியாது. சிறந்த பறவைகள் மற்றும் மிருகங்களுடன் ஒப்பிட்டால், மனிதன் எதற்கும் ஆகாதவனாய் இருக்கிறான். இருப்பினும், ஆழ் கடலின் ஆழத்தில் இருளில் திரியும் அந்த மிருகமாகவே நான் இருக்க விரும்புகிறேன்.

"சுறாக்கள் வராமலிருந்தால்தான்" என்றான் சத்தமாக. "சுறாக்கள் வந்தால், அந்த மீன் மீதும் என் மீதும் இறைவன் கருணை காட்டு வாராக."

நான் இந்த மீனுடன் இருப்பதைப்போல் நீண்ட நேரம் டிமாகியோவால் ஒரு மீனுடன் இருக்க முடியுமா என்று அவன் நினைத்தான். டிமாகியோ இளமையுடனும் வலிமையுடனும் இருப்ப தால் அவரால் முடியும் என்றும் என்னைவிட அதிக நேரம் இருக்க முடியும் என்றும் நான் உறுதியுடன் நம்புகிறேன். மேலும் அவரது

தடாகம் 69

தந்தையும் ஒரு மீனவர்தான். ஆனால், கால் ஆணி அவருக்கு மிகக் கடுமையான வலியை உண்டாக்குமா?

"எனக்குத் தெரியாது" என்றான் அவன் சத்தமாக. "எனக்குக் கால் ஆணி ஒருபோதும் வந்ததில்லை."

சூரியன் மறைந்த நேரத்தில், அவனுக்கு அவனே தன்னம்பிக்கை ஊட்டும் பொருட்டு கடந்தகால நிகழ்வு ஒன்றை நினைத்துப் பார்த்தான். மொராக்கோ நாட்டின் துறைமுக நகரமான காசாபிளாங் காவில் வணிகர்களும் வழிப்போக்கர்களும் தங்கிச் செல்லும் சத்திரத்தில் நடந்த கையை மடக்கும் போட்டியின் விபரங்களை நினைவுகூர்ந்தான். கப்பல் துறைமுகங்களில் மிகவும் வலிமை மிகுந்தவனான தென் கியூபாவின் என்பேகாஸ் துறைமுக நகரி லிருந்து வந்திருந்த கறுப்பினத்தவன் ஒருவனும் முதியவனும் மோதிய போட்டி அது. மேஜை மீது வரையப்பட்ட வெள்ளைக் கோட்டின் மீது இரண்டு பேருடைய முழங்கைகளை வைத்து, முன்னங் கைகளைச் செங்குத்தாக நிறுத்தி, ஒருவர் கையை மற்றவர் இறுக்கமாக அழுத்திப் பிடித்த நிலையில் ஒரு பகலையும் ஓர் இரவையும் அவர்கள் கடந்திருந்தனர். ஒருவன் கையை மற்றொருவன் பலமாக அழுத்தி கீழ்நோக்கி மேஜைக்குத் தள்ள முயற்சி செய்தனர். அங்கிருந்த பலர் பணயம் வைத்தார்கள். அந்த அறையிலிருந்த சீமெண்ணெய் விளக்குகளின் ஒளியில் அவர்கள் வெளியே போவதும் உள்ளே வருவதுமாக இருந்தார்கள். முதியவன் கறுப்பினத்தவனின் புஜம், கை மற்றும் முகத்தை மாறிமாறிப் பார்த்தான். முதல் எட்டு மணி நேரத்துக்குப்பின் ஒவ்வொரு நான்கு மணி நேரத்திலும் நடுவர்கள் மாறினார்கள்; மாறியவர்கள் தூங்கினார்கள். இரண்டு போட்டியாளர்களின் விரல் நகக்கண்களிலிருந்தும் இரத்தம் வழிந்தது. அவர்கள் ஒருவருக்கொருவர் மற்றவரின் கண்களை நேராகப் பார்த்தார்கள், கைகளையும் முன்னங்கைகளையும் பார்த்தார்கள். பணயம் வைத்தவர்கள் அறைக்கு வெளியே போவதும் உள்ளே வருவதுமாக இருந்தார்கள். சுவர் அருகிலிருந்த உயர்ந்த நாற்காலி களில் உட்கார்ந்து போட்டியை உற்றுநோக்கினார்கள். பிரகாசமான நீல வண்ணம் பூசப்பட்ட பலகையினாலான சுவர்களில் இருவரின் நிழல்களும் ஆடின. கறுப்பனின் நிழல் மிக மிகப் பெரியதாக தெரிந்தது. காற்றில் விளக்குகளின் ஒளி ஆடியபோது கறுப்பினத்தவனின் நிழலும் சுவற்றில் ஆடியது.

வெற்றி தோல்வியின் வாய்ப்பு அங்கும் இங்குமாக மாறிக்கொண் டிருந்தது. கறுப்பினத்தவனுக்கு ரம் கொடுத்தார்கள், சிகரெட் பற்றவைத்தார்கள். ரம் குடித்த கறுப்பினத்தவன் பெரும் முயற்சி

செய்தான். ஒரு முறை அவன் முதியவனை, அப்போது முதியவன் சாண்டியாகோவாக இல்லாமல் வெற்றி வீரன் சாண்டியாகோவாக – எல் கேம்பியோன் இருந்தவனை, சமநிலையிலிருந்து கிட்டத்தட்ட மூன்று அங்குலங்கள் வெளியே தள்ளினான். ஆனால், முதியவன் கையை மேலே நிமிர்த்தி மீண்டும் சமநிலையில் நிறுத்தினான். அப்போது முதியவன், மிகவும் நல்ல மனிதனாகவும் மிகச் சிறந்த விளையாட்டு வீரனாகவும் இருந்த கறுப்பினத்தவனைத் தோற்கடிக்க முடியும் என்று நம்பினான். பணயம் வைத்தவர்கள் போட்டியை வெற்றி தோல்வியின்றி முடிக்குமாறு நடுவரிடம் கேட்டுக்கொண்டிருந் தார்கள், நடுவர் மறுப்பாகத் தலையை ஆட்டிக்கொண்டிருந்தார். அந்தத் தருணத்தில், முதியவன் அவனது வலிமையை முழுமையாகக் கட்டவிழ்த்துவிட்டு, கடும் முயற்சி செய்து கறுப்பினத்தவனின் கையை கீழ்நோக்கி அழுத்தி மேஜையில் சேர்த்தான். போட்டி ஒரு ஞாயிற்றுக்கிழமை காலையில் தொடங்கியது, ஒரு திங்கட்கிழமை காலையில் நிறைவுற்றது. பணயம் வைத்தவர்களில் பலர் துறை முகங்களில் சர்க்கரை கோணிகள் ஏற்றும் வேலைக்கும் மற்றும் ‘ஹவானா கோல் கம்பனி’யில் வேலைக்கும் போகவேண்டியிருந்தது. அதனாலேயே அவர்கள் போட்டியை இடையிலேயே முடித்துவைக்கு மாறு நடுவர்களிடம் கேட்டார்கள். இல்லையென்றால், அவர்கள் போட்டியின் கடைசி வரைக்கும் காத்திருக்க விரும்பினார்கள். ஆனால், அவர்களின் வேலை நேரத்துக்கு முன்பாகவே முதியவன் போட்டியை முடித்து வைத்தான்.

அந்தப் போட்டி முடிந்தபின் நீண்ட காலம் அனைவரும் அவனை ‘த சாம்பியன்’ என்று அழைத்தார்கள். வசந்த காலம் வந்ததும் அவர்கள் இருவருக்குமிடையே மறுபோட்டி நடந்தது. அந்தப் போட்டியில் அதிகமாகப் பணயம் வைக்கப்படவில்லை. அந்தப் போட்டியிலும் முதியவன் அதிகச் சிரமமின்றி வென்றான். முதல் ஆட்டத்தில் என்பேகோஸ் நகரிலிருந்து வந்த கறுப்பினத்தவனின் தன்னம்பிக்கை தகர்ந்துபோனதால் இது சாத்தியமாயிற்று. முதியவன் அதன்பின் ஒரு சில போட்டிகளில் பங்கேற்றான். வென்றே ஆக வேண்டும் என்ற தீர்மானத்துடன் விளையாடினால் போட்டியில் எவரையும் அவனால் வெல்ல முடியும் என்ற முடிவுக்கு வந்தான். தொடர்ந்து போட்டிகளில் பங்கேற்றால் அது மீன்பிடிக்கும் வலது கைக்குத் தீங்கு ஏற்படுத்தும் என்ற முடிவுக்கும் வந்தான். அவனது இடது கையைப் பயன்படுத்தி சில பயிற்சி போட்டிகளில் பங்கேற்றான். ஆனால், அவனது இடது கை எப்போதும் துரோகியாகவே செயல்பட்டது. அவன் கட்டளை களுக்கு அது பணியாததால் அதை அவன் நம்பவில்லை.

சூரிய வெப்பம் அவனுடைய இடது கையை நன்றாகத் தீ வாட்டுவதுபோல் வாட்டிவிடும் என்று நினைத்தான். அதனால், இரவில் மிகவும் குளிர்ந்த வானிலை நிலவினால் ஒழிய, அந்தக் கை மீண்டும் மரத்துப் போகாது. இன்று இரவு வானிலை எப்படி இருக்கும் என்பதை நான் அறியேன்.

மியாமி நகர் நோக்கிச் செல்லும் ஒரு விமானம் மேலே சென்றது. அதனுடைய நிழல் பறவைமீன் கூட்டத்தைப் பயமுறுத்தியதைக் கவனித்தான்.

"இவ்வளவு பறவைமீன்கள் இருக்கும் இடத்தில் கட்டாயம் டால்ஃபின் மீனும் இருக்க வேண்டும்" என்று அவன் சொன்னான். கயிற்றைப் பிடித்தபடி பின்புறமாகச் சாய்ந்து ஏதாவது செய்ய முடியுமா என்று எண்ணினான். ஆனால், கயிறு ஏற்கனவே விறைப்பாக இருந்ததால், ஒரு சின்ன அசைவினால்கூட அது அறுந்துவிடும் என்பதால் அந்த எண்ணத்தைக் கைவிட்டான். படகு மெதுவாக முன்னோக்கி நகர்ந்தது; விமானமும் அவன் பார்வையிலிருந்து மறைந்தது.

விமானத்தில் எல்லாமே விநோதமாக இருக்கும் என்று நினைத் தான். அந்த உயரத்திலிருந்து பார்த்தால் கடல் என்னவாகத் தெரியும் என்று வியந்தான். அவர்கள் மிகவும் உயரத்தில் பறக்காமல் தாழ்வான உயரத்தில் பறந்தால் அங்கிருந்து மீன்களை நன்றாகப் பார்க்க முடியும். நான் ஆயிரத்து இருநூறு அடி உயரத்தில் மெதுவாகப் பறந்தபடி, அங்கிருந்து மீன்களைப் பார்க்க ஆசைப்படுகிறேன். ஒருமுறை நான் ஓர் ஆமைபிடிப் படகின் பாய்மரக் கம்பத்தின் உச்சியிலுள்ள குறுக்குக் கம்பிகளில் இருந்தேன். அந்த உயரத்திலிருந்தே கீழே தெளிவாகப் பார்க்க முடிந்தது. டால்ஃபின் மீன்கள் அதிகப் பச்சை நிறத்தில் தெரிந்தன; அவற்றின் மீதுள்ள பட்டைவரிகளையும், ஊதா நிறப் புள்ளிகளையும் பார்த்தேன். கூட்டமாக நீந்தும் அனைத்து வகை மீன்களையும் பார்க்கலாம். இருண்ட நீரோட்டத்தில் வேகமாக நீந்தும் மீன்கள் ஊதா நிற முதுகும், பட்டை வரிகளும், புள்ளிகளும் கொண்டுள்ளன என்பதற்கு ஏதாவது காரணம் இருக்குமா? டால்ஃபின் மீன் பச்சை நிறத்தில் தெரிவதற்குக் காரணம் உண்டு; அது இயற்கையிலேயே பொன் நிறம் கொண்டது. ஆனால், அது மிகுந்த பசியுடன் இரை எடுக்க வரும்போது, அதன் பக்கங்களிலும் ஈட்டி மீன்களில் உள்ளதுபோல் கத்தரிப் பூவின் நிறத்தில் பட்டைவரிகள் தெரிகின்றன. அப்படித் தெரிவதற்குக் காரணம் அதன் கோபமா அல்லது அதன் அதி வேகமா?

இருட்டுவதற்கு சற்று நேரத்துக்கு முன் அவர்கள் சர்காஸோ செடிகள் நிறைந்த ஒரு பெரிய தீவைக் கடந்தார்கள். அச்செடிகள் ஆழமில்லாக் கடல்நீரின் மேற்பரப்பில் படர்ந்து சற்று உயர்வதும் ஆடுவதுமாக இருந்தன. அந்தக் காட்சி மஞ்சள் நிறப் போர்வைக்கு அடியில் கடல் யாருடனோ காதல் புரிவதுபோல் தோன்றியது. அதே நேரத்தில், அவனுடைய சின்னத் தூண்டிலில் ஒரு டால்ஃபின் மீன் மாட்டியது. அது நீர்மட்டத்திலிருந்து மேலெழுந்து, வளைந்து, அதன் துடுப்புகளால் படபடவென்று அடித்து காற்றில் மிதந்த போது அதை முதலில் பார்த்தான். மறைந்துகொண்டிருந்த சூரியனின் கடைசி ஒளிக் கீற்றுகளில் அது உண்மையான தங்க நிறத்தில் மின்னியது. அது மீண்டும்மீண்டும் பயந்து மேலெழுந்து துள்ளிக் குதித்துக் காற்றில் கலை நடனம் புரிந்தது. முதியவன் மெதுவாகப் படகின் பின்பகுதிக்கு நகர்ந்து, குனிந்து வலது கையால் பெரிய கயிற்றைப் பிடித்தபடி, இடது கையால் டால்ஃபின் மீனை மேலே சுண்டிப் படகின் பக்கமாக இழுத்தான். ஒவ்வொரு முறை சுண்டும் போதும் கிடைத்த கயிற்றை காலுறை இல்லாத இடது காலின் பாதத்தால் மிதித்தான். அது படகின் பின்புறம் நம்பிக்கை இழந்த நிலையில் செய்வதறியாது தண்ணீரில் மூழ்கியும், பக்கத்துக்குப் பக்கம் அடித்தபடியும் இருந்தது. முதியவன் படகின் பின்பக்கமாகச் சாய்ந்து ஊதா நிறப் புள்ளிகளுடன் மெருகூட்டப்பட்ட அந்தத் தங்க நிற மீனை மேலே தூக்கிப் படகில் போட்டான். வலிப்பு நோய் ஏற்பட்டதுபோல் அதன் தாடையால் ஊக்கைத் தொடர்ந்து விட்டுவிட்டுக் கடித்தது. அதன் தட்டையான நீண்ட உடலாலும், வாலாலும், தலையாலும் படகின் தளத்தை அடித்துத் தூளாக்கியது. பொன் வண்ணத்தில் தகதகத்த அதன் தலையில் முதியவன் உருட்டுக் கட்டையால் அடித்தான். மீன் நடுங்கியது; அதன் பின் அது அடங்கியது.

முதியவன் தூண்டில் முள்ளிலிருந்து அந்த மீனை எடுத்த பின்னர் மற்றொரு மத்தி மீனைத் தூண்டில் இரையாக்கித் தூண்டிலைக் கடலுக்குள் சுண்டி எறிந்தான்; மெதுவாக நகர்ந்து படகின் முனையை அடைந்தான். இடது கையைக் கழுவி அதைக் கால்சட்டையில் துடைத்தான். வலது கையிலிருந்த பெரிய தூண்டில் கயிற்றை இடது கைக்கு மாற்றினான். கடலுக்குள் சூரியன் மறைவதையும், பெரிய தூண்டில் கயிற்றின் சாய்மானத்தையும் கண்காணித்தவாறு கடல்நீரில் அவனது வலது கையைக் கழுவினான்.

“அந்த மீன் மாறவே இல்லை” என்றான். தண்ணீருக்குள் இருந்த வலது கையால் நீரின் போக்கைக் கணித்த அவன், மீன் அதன் வேகத்தைக் கவனிக்கத்தக்க அளவு குறைத்திருப்பதை உணர்ந்தான்.

“படகின் பின்பக்கம் இரண்டு துடுப்புகளையும் சேர்த்துக் கட்டி விடுவேன். அது இரவில் மீனின் வேகத்தைக் குறைத்துவிடும்” என்றான். “இரவில் அது மீனுக்கும் நல்லது, எனக்கும் நல்லது.”

கொஞ்ச நேரம் கழித்து டால்ஃபின் மீனின் குடலைச் சுத்தம் செய்வது நல்லது. அப்படிச் செய்தால்தான் மீனின் சதையில் இரத்தம் குறையாமல் இருக்கும் என்று அவன் எண்ணினான். அந்த வேலையை நான் கொஞ்சம் நேரம் சென்றபின் செய்ய வேண்டும்; அதன் பின், துடுப்புகளைச் சேர்த்துக் கட்ட வேண்டும். அது வேகத்தைத் தடை செய்யும். சூரியன் மறையும் நேரத்தில் ஈட்டி மீனை அதிகம் தொந்தரவு செய்யாமல் அமைதியாக இருக்கச் செய்வது நல்லது. அந்தி நேரம் அனைத்து மீன்களுக்குமே சிரமமான நேரம்தான்.

காற்றில் கையை உலர்த்தியபின் கயிற்றைப் பிடித்தான். அவன் உடல் மேலிருந்த பாரத்தைக் எவ்வளவு முடியுமோ அந்த அளவு குறைத்தான். படகின் மரப் பலகையின் பக்கமாகக் கயிறு அவனை இழுப்பதை அனுமதித்தான். அதனால், மீன் இழுப்பின் தாக்கத்தை அவன் தாங்கிய அளவோ அதற்கும் சற்று அதிகமாகவோ படகு தாங்கியது.

இந்த மாதிரி வேலைகளை எப்படிச் செய்ய வேண்டும் என்று நான் கற்றுக்கொண்டிருக்கிறேன் என்று நினைத்தான்; வேலையின் இந்தப் பகுதியை மட்டும்தான். அப்புறம், அந்த மீன், தூண்டில் இரையைக் கடித்த நேரத்திலிருந்து ஒன்றும் தின்னவில்லை என்பதையும் நினைத்துப்பார். அது மிகவும் பெரிய மீன். ஆகையால் அதற்கு நிறைய உணவு தேவைப்படும். நான் ஒரு முழு சூரை மீனையும் சாப்பிட்டுவிட்டேன். நாளை டால்ஃபின் மீனைச் சாப்பிடுவேன். அவன் டால்ஃபின் மீனை ‘டொராடொ’ பொன் நிறமான மீனே என்று அழைத்தான். நான் அதைச் சுத்தம் செய்யும்போது கொஞ்சம் சாப்பிடுவேன். அதைச் சாப்பிடுவது சூரை மீனைச் சாப்பிடுவதைவிடக் கடினமானது. ஆனால், ஒன்று, வாழ்வில் எதுவுமே எளிதானது இல்லை.

“நீ எப்படி இருக்கிறாய் மீனே” என்று அவன் சத்தமாகக் கேட்டான். “நான் நன்றாக இருக்கிறேன். எனது இடது கை இப்போது கொஞ்சம் பரவாயில்லை. எனக்கு ஓர் இரவுக்கும் ஒரு பகலுக்கும் சாப்பாடு இருக்கிறது. மீனே, படகை இழு.”

உண்மையில், அவன் நன்றாக இல்லை. அவன் முதுகின் குறுக்கே கிடந்த கயிறு உண்டாக்கிய வலியால் அந்த இடம்

மரத்துப்போயிருந்தது. அதை, வலி மறைந்துவிட்டது என்று அவன் தவறாகப் புரிந்துகொண்டான். ஆனால், நான் இதைவிட மோசமான வலியை அனுபவித்திருக்கிறேன் என்று நினைத்தான். கையில் ஏற்பட்ட காயமும் சின்னதாகத்தான் இருக்கிறது. மரத்துப்போன மற்றொரு கையும் சரியாகிவிட்டது. கால்களும் நன்றாக இருக்கின்றன. துன்பங்களுக்கு எதிராகத் தாக்குப்பிடிப்பதில் நான் இப்போது மீனையும் மிஞ்சிவிட்டேன்.

இப்போது இருள் சூழ்ந்துவிட்டது; செப்டம்பர் மாதத்தில் சூரியன் மறைந்தபின் சீக்கிரமாக இருள் சூழ்கிறது. படகின் முகப்பில் உடைந்துபோன பலகையில் சாய்ந்து எந்த அளவு முடியுமோ அந்த அளவு ஓய்வு எடுத்தான். நட்சத்திரங்கள் தோன்றத் தொடங்கின. மிகப் பெரிய, ஒளி மிகுந்த நீல நிற ரிகெல் நட்சத்திரத்தின் பெயர் அவனுக்குத் தெரியாது. ஆனால், அந்த நட்சத்திரம் தோன்றியவுடன் மற்ற அனைத்து நட்சத்திரங்களும் விரைவில் தோன்றிவிடும் என்பது அவனுக்குத் தெரியும். சீக்கிரத்தில், தூரத்திலிருக்கும் அவனது எல்லா நண்பர்களுடனும் அவன் இருப்பான்.

“இந்த மீனும் எனது நண்பன்தான்” என்று அவன் சத்தமாகச் சொன்னான். “இதைப் போன்ற ஒரு மீனை நான் இதுவரைப் பார்த்ததும் இல்லை, அது பற்றிக் கேள்விப்பட்டதும் இல்லை. ஆனால், நான் அதைக் கட்டாயமாகக் கொல்ல வேண்டும். மற்ற நண்பர்களாகிய நட்சத்திரங்களை நாம் கொல்ல முயற்சி செய்ய வேண்டியதில்லை என்பதால் நான் மகிழ்ச்சியுடன் இருக்கிறேன்.

ஒவ்வொரு நாளும் ஒருவன் நிலவைக் கொல்ல முயற்சி செய்ய வேண்டும் என்ற ஒரு நிலை ஏற்பட்டால் என்னவாகும் என்று கற்பனைசெய்துபார் என்று நினைத்தான். நிலவு ஓடிவிடும். மற்றொரு கற்பனை, ஒவ்வொரு நாளும் ஒருவன் சூரியனைக் கொல்ல முயற்சி செய்ய வேண்டும் என்றால் என்னவாகும்? நாமெல்லாம் அதிர்ஷ்டம் செய்தவர்களாகப் பிறந்திருக்கிறோம் என்று நினைத்தான்.

அந்தப் பெரிய மீன் சாப்பிடுவதற்கு ஒன்றும் இல்லை என்பதை நினைத்து வருத்தப்பட்டான். அந்த வருத்தத்திலும், அதைக் கொல்ல வேண்டும் என்ற தீர்மானத்தில் அவனிடம் எந்தவிதத் தளர்வும் ஏற்படவில்லை. எத்தனை பேர் அந்த மீனைச் சாப்பிடலாம் என்று நினைத்தான். ஆனால், அவர்களுக்கெல்லாம் இந்த மீனைச் சாப்பிடுவதற்கான தகுதி இருக்கிறதா? இல்லை, நிச்சயமாக இல்லை. அதன் நேர்த்தியான நடத்தையையும், உயர்ந்த கண்ணியத்தையும் கணக்கில்

கொண்டால், அதைச் சாப்பிடத் தகுதி படைத்த மனிதன் எவரும் இல்லை.

இவை பற்றி எனக்கு எதுவும் புரியவில்லை என்று எண்ணினான். ஆனால், நாம் சூரியனையோ, நிலவையோ, நட்சத்திரங்களையோ கொல்ல முயற்சிசெய்ய வேண்டிய கட்டாயம் இல்லை என்பது நல்லதுதான். கடல்வாழ் உயிரினங்களைச் சாப்பிட்டு வாழும் நாம், அங்கே வாழும் நமது உண்மையான சகோதரர்களைக் கொல்வதே போதுமானது.

இப்போது, நான் கயிறு இழுத்துச் செல்லப்படுவதைப் பற்றி நினைக்க வேண்டும் என எண்ணினான். அதில் ஆபத்துகளும் இருக்கின்றன, நன்மைகளும் இருக்கின்றன. மீன் வேகமாகக் கயிற்றை இழுக்க முயற்சிசெய்து, அது இழுத்த இழுப்புக்கு நான் கயிற்றை நீளமாக விட்டுக் கொடுத்தால், அந்த அளவு கயிற்றையும், மீனையும் நான் இழக்கவேண்டியதிருக்கும். துடுப்புகளால் கயிற்றின் இழுப்பைத் கட்டுப்படுத்துவது அப்படியே நீடித்தாலும், படகு கனமில்லாமல் இருந்தாலும் அது தப்பித்துவிடும். படகு கனம் இல்லாமல் இருப்பது நம் இருவரின் துயரத்தையும் தொடர்கதையாக்குகிறது. ஆனாலும், அதுவே எனக்குப் பாதுகாப்பாகவும் இருக்கிறது. ஏனென்றால், வேகமாக நீந்தக்கூடிய அந்த மீன், அதன் முழு வேகத்தை இதுவரைப் பயன்படுத்தவில்லை. எது எப்படி நடந்தாலும், நான் பலசாலியாக இருப்பதற்காக, டால்ஃபின் மீன் கெட்டுப்போவதற்கு முன்னால் அதை வெட்டி கொஞ்சம் சாப்பிட வேண்டும்.

நான் இன்னும் ஒரு மணி நேரம் ஓய்வு எடுக்கப் போகிறேன். முதலில், அந்த மீன் திடமாகவும் சீராகவும் செல்கிறதா என்று பரிசோதிக்க வேண்டும். பின்னர், நான் படகின் பின்பகுதிக்குச் சென்று தேவையான வேலைகளைச் செய்தபின் தூங்குவது பற்றி முடிவு எடுக்க வேண்டும். அந்த நேரத்தில் அது எப்படிச் செயல்படுகிறது என்றும் ஏதாவது மாற்றம் தெரிகிறதா என்றும் நான் தெரிந்து கொள்ளலாம். துடுப்புகளைச் சேர்த்துக் கட்டிவைத்திருப்பது நல்ல தந்திரம்தான்; ஆனால், மீன் அதன் பாதுகாப்புக்காகச் செயல்பட வேண்டிய நேரம் வந்துவிட்டது! இன்னமும் அது பெரிய மீன்தான். தூண்டிலின் ஊக்கு அதன் வாயின் ஓரமாக இருப்பதையும், அது வாயை இறுக்கமாக மூடிக்கொண்டிருப்பதையும் நான் பார்த்தேன். ஊக்கு அதன் வாயில் குத்தியிருப்பது அதற்குத் தண்டனையே இல்லை. அதன் பசியும், அது எதை எதிர்த்துப் போராடுகிறது என்பதை அது

அறியாமல் இருப்பதும் தான் அதற்குப் பெரிய தண்டனையாகும். முதியவனே, இப்போது ஓய்வு எடு. நீ உனது அடுத்த வேலையைத் தொடங்கும்வரை மீன் அதன் வேலையைச் செய்யட்டும்.

அவன் சுமார் இரண்டு மணி நேரம் ஓய்வு எடுத்ததாக நம்பினான். இரவு வெகு நேரம் ஆகியும் நிலவு உதிக்கவில்லை. அதனால், அவன் நேரத்தைக் கணிப்பதற்கான வாய்ப்பு எதுவும் இல்லை. ஒரு ஒப்பீடாகத் தான் அவன் நன்றாக ஓய்வு எடுத்தான் என்று கொள்ளலாமே தவிர, அவன் ஆழ்ந்து தூங்கவில்லை. கயிற்றை மீன் இழுப்பதன் தாக்கத்தை இன்னமும் அவன் தோள்களில் தாங்கிக்கொண்டிருந்தான். ஆனால், அவன் இடது கையை படகின் ஓரத்திலிருந்த துடுப்புப் பிணைப்பின் மேல் ஊன்றி, மீனின் இழுப்பை எதிர்க்கும் பொறுப்பை அதிக அளவு படகுக்குக் கொடுத்தான்.

கயிற்றை வேகமாக விடுவிப்பது என்பது எளிதானது என்று நினைத்தான். ஆனால், மீன் ஒருமுறை முன்பக்கமாக வெடுக்கெனப் பாய்ந்தால் அது கயிற்றை அறுத்துவிடும். கயிற்றின் இழுப்பை எனது உடம்பில் தாங்கிக்கொண்டு, தேவைப்படும்போது இரண்டு கைகளாலும் கயிற்றை விட்டுக்கொடுக்க நான் எப்போதும் ஆயத்த மாக இருக்க வேண்டும்.

“ஆனால், நீ இன்னமும் தூங்கவில்லையே முதியவனே” என்று சத்தமாகச் சொன்னான். “ஓர் அரை நாள் பகல் பொழுதும் ஓர் இரவும் கடந்துவிட்டன. மீண்டும் அடுத்த நாள் பகல் பொழுது வந்துவிட்டது. ஆனால், நீ இன்னமும் தூங்கவில்லை. மீன் அமைதியாவும் சீராகவும் செல்லும் போது கொஞ்ச நேரமாவது தூங்குவதற்கு நீ ஒரு வழி வகுக்க வேண்டும். நீ தூங்கவில்லையானால், உன்னால் தெளிவாகச் சிந்திக்க முடியாது.”

நான் தெளிவாகத்தான் இருக்கிறேன் என்று நினைத்தான். மிகத் தெளிவாக இருக்கிறேன். என்னுடைய சகோதரர்களாகிய நட்சத் திரங்கள் எவ்வளவு தெளிவாக இருக்கின்றனவோ அந்த அளவு தெளிவாக இருக்கிறேன். இருந்தாலும், நான் தூங்க வேண்டும். நட்சத்திரங்கள் தூங்குகின்றன; நிலவும் சூரியனும் தூங்குகின்றன. ஏன், சில நாட்களில், சில நேரங்களில், நீரோட்டம் இல்லாத வேளை களில், கடலும் அலைகளைத் துறந்து அமைதியாகத் தூங்குகிறது.

ஆனால், தூங்க வேண்டும் என்பதை நினைவில் வைத்துக்கொள்ள வேண்டும் என்று நினைத்தான். நினைவில் வைத்தால் மட்டும் போதாது, உன்னை நீயே தூங்கச் செய். கயிறுகளின் இழுப்பைக்

கையாள்வதற்கு சில எளிமையான, ஆனால், நிச்சயமான வழி முறையை வகுத்துக்கொள். இப்போது நீ போய் டால்ஃபின் மீனைச் சுத்தம் செய். நீ தூங்கவேண்டுமானால் துடுப்புகளை வேகத் தடுப்பான்களாகக் குத்தி வைப்பது மிகவும் ஆபத்தானது.

என்னால் தூங்காமல் இருக்க முடியும் என்று அவன் தனக்குத் தானே சொல்லிக்கொண்டான். ஆனால், அதுவும் அதிக ஆபத்தானதுதான்.

மீனுக்கு எதிராகக் கயிற்றைச் சுண்டி இழுத்துவிடாமல், கைகளையும், முட்டிகளையும் ஊன்றி எச்சரிக்கையுடன் மெதுவாக நகர்ந்து படகின் பின்பகுதிக்குச் சென்றான். மீன் அரைத் தூக்கத்தில் இருக்கலாம் என்று அவன் நினைத்தான். ஆனால், அது ஓய்வு எடுப்பதை நான் விரும்பவில்லை. அது சாகும்வரை இழுத்துக் கொண்டிருக்க வேண்டும்.

படகின் பின்பகுதிக்கு வந்த பின், தோள்களின் குறுக்கே கிடந்த கயிற்றின் இழுப்பின் தாக்கத்தை இடது கையினால் தாங்க ஏதுவாகத் திரும்பினான். வலது கையால் கத்தியை அதன் உறையிலிருந்து வெளியே எடுத்தான். நட்சத்திரங்களின் பிரகாசமான ஒளியில் டால்ஃபின் மீன் மிகத் தெளிவாகத் தெரிந்தது. அதன் தலையில் கத்தியால் குத்தி அதைப் படகின் அடிப்பகுதியில் இருந்து வெளியே இழுத்தான். ஒரு காலால் மீனை மிதித்து, காற்றை வெளித்தள்ளும் பகுதியிலிருந்து கீழ்த்தாடையின் நுனிவரை கத்தியால் விரைவாகக் கிழித்தான். பின்னர் கத்தியைக் கீழே வைத்துவிட்டு, மீனின் உள் உறுப்புகளைக் கையால் வழித்தும், செவுள்களையும் வெளியே இழுத்தும் சுத்தம் செய்தான். அதன் இரைப்பை கனமாகவும் வழு வழுப்பாகவும் இருந்தது. அதையும் கிழித்தான். அதன் உள்ளே இரண்டு பறவைமீன்கள் இருந்தன. அவை புதிதாகவும் கெட்டி யாகவும் இருந்தன. அவற்றை அருகருகே கிடத்தினான். குடல் பகுதி களையும் செவுள்களையும் படகிற்கு வெளியே எறிந்தான். அவை ஒளிக் கீற்றை வெளிப்படுத்தியபடி தண்ணீரில் மூழ்கின. டால்ஃபின் மீன் குளிர்ந்த நிலையில் இருந்தது; நட்சத்திர வெளிச்சத்தில் தொழு நோயாளிபோல் சாம்பல் வெள்ளை நிறத்திலும் இருந்தது. வலது காலால் அதன் தலையை மிதித்து, அதன் ஒரு பக்கத் தோலை உரித்தான். பின்னர் அதைத் திருப்பி மறுபக்கத் தோலையும் உரித்து, அதன் இரண்டு பக்கங்களிலும் இருந்த சதையை தலையிலிருந்து வால்வரை வெட்டி எடுத்தான்.

மீனின் கழிவுகளை படகுக்கு வெளியே தள்ளிவிட்டான். கீழே குனிந்து தண்ணீரில் ஏதாவது சுழற்சி ஏற்படுகிறதா என்று பார்த்தான்.

ஆனால், கழிவுகள் தண்ணீரில் மெதுவாகக் கீழே இறங்கிய சிறிய ஒளிதான் தெரிந்தது. அதன் பின், இரண்டு பறவைமீன்களையும் டால்ஃபின் மீனின் எலும்பற்ற இரண்டு சதைப் பகுதிகளுக்கு இடையே வைத்தான். கத்தியை உறையின் உள்ளே வைத்தபின் மீண்டும் படகின் முன்பக்கமாக மெதுவாகச் சென்றான். முதுகின் குறுக்கே கிடந்த கயிற்றின் கனத்தால் அவன் முதுகு வளைந்திருந்தது. வலது கையால் மீனை எடுத்துச் சென்றான்.

படகின் முன்பகுதியை அடைந்தவுடன், மீன் இறைச்சியைப் பலகையின் மீது கிடத்தினான். அவற்றுக்கு அருகில் பறவைமீன்களை வைத்தான். தோள்களில் குறுக்காகக் கிடந்த தூண்டில் கயிற்றை இடம் மாற்றி புது இடத்தில் வைத்தான். படகின் விளிம்பில் இருந்த துடுப்புப் பிணைப்பின் மேல் ஊன்றியிருந்த இடது கையால் கயிற்றைப் பிடித்தான். பக்கவாட்டில் சாய்ந்து பறவைமீன்களைத் தண்ணீரில் கழுவினான். அந்தக் கையால் தண்ணீரின் வேகத்தையும் அறிந்தான். மீன் தோலை உரித்ததால் மினுமினுத்த அவனது கைமேல் தண்ணீர் ஓடுவதையும் கவனித்தான். தண்ணீரின் வேகம் குறைந்திருந்தது. கையைப் படகின் பலகைகளில் துடைத்தான். கையிலிருந்த பாஸ்பரஸ் துகள்கள் தண்ணீரில் மிதந்து படகின் பின்பக்கமாக நகர்ந்தன.

"மீன் சோர்ந்துவிட்டது அல்லது அது ஓய்வெடுக்கிறது" என்ற முதியவன், "நான் இந்த நேரத்தில் டால்ஃபின் இறைச்சியைச் சாப் பிட்டு, அதன் பின்னர் கொஞ்சம் தூங்கி ஓய்வு எடுக்கிறேன்" என்றும் சொன்னான்.

எல்லா நேரத்திலும் குளிராயிருந்த அந்த இரவில் நட்சத்திரங் களுக்குக் கீழே உட்கார்ந்து டால்ஃபின் மீனின் ஓர் இறைச்சித் துண்டில் பாதியையும், தலை வெட்டப்பட்டுச் சுத்தம் செய்யப்பட்ட ஒரு பறவைமீனின் இறைச்சியையும் சாப்பிட்டான்.

"சமைத்துச் சாப்பிட்டால் டால்ஃபின் மீன் எவ்வளவு பிரமாதமாய் இருக்கும்" என்றான் அவன். "ஆனால், சமைக்காமல் சாப்பிடுவது எவ்வளவு துயரமானது? ஒருபோதும், உப்பும் எலுமிச்சையும் இல்லாமல் இனி நான் கடலுக்குப் போக மாட்டேன்."

எனக்கு மூளை இருந்திருந்தால், படகின் முகப்பில் தண்ணீர் தெளித்திருந்திருப்பேன். அது நாள் முழுவதும் உலர்ந்து உப்பாக மாறியிருக்கும் என்று நினைத்தான். ஆனால், கிட்டத்தட்டச் சூரியன் மறையும்வரை நான் டால்ஃபின் மீனைப் பிடிக்கவில்லை.

தடாகம் 79

இருப்பினும், நான் ஆயத்த நிலையில் இல்லை என்பதுதான் இதன் பொருள். என்றாலும், அதை நான் நன்றாகச் சுவைத்துச் சாப்பிட்டேன். எனக்குக் குமட்டல் வரவில்லை.

வானத்தில் கிழக்குத் திசையில் மேகங்கள் கூடிக்கொண்டிருந்தன. அவன் அறிந்திருந்த நட்சத்திரங்கள் ஒன்றன் பின் ஒன்றாக மறைந்தன. அவை மேகங்களின் ஆழமான செங்குத்தான பள்ளத்தாக்குகளுக்குள் போய்க்கொண்டிருப்பதுபோல் தோன்றியது. காற்றின் வேகம் குறைந் திருந்தது.

"இன்னும் மூன்று நான்கு நாட்களில் மோசமான வானிலை நிலவும்" என்று அவன் சொன்னான். "ஆனால், அது இன்று இரவும் நாளையும் இல்லை. முதியவனே, மீன் அமைதியாகவும் சீராகவும் சென்றுகொண்டிருக்கும் இந்த நேரத்தில் நீ கொஞ்சம் தூங்குவதற்கு வழி கண்டுபிடி."

வலது கையால் கயிற்றை இறுக்கிப் பிடித்து, அவன் தொடையை வலது கையால் அழுத்தியபடி படகின் முனையிலிருந்த பலகை மீது சாய்ந்து அவனுடைய முழு எடையையும் அதன் மீது சாய்த்தான். அதன் பின்னர், கயிற்றைத் தோள்களில் கொஞ்சம் கீழே தள்ளி, இடது கையை அதன் மீது வைத்தான்.

என்னுடைய வலது கை கயிற்றின் மேல் அழுத்தமாக இருக்கும் வரை அது கயிற்றைப் பிடித்திருக்கும். தூங்கும் போது அதன் பிடி தளர்ந்தால் கயிறு வெளியே போகும். அப்போது, இடது கை என்னைத் தூக்கத்திலிருந்து எழுப்பிவிடும். இது வலது கைக்குக் கடினமான வேலைதான். ஆனால், அது தண்டனைக்குப் பழக்கப்பட்டதுதான். நான் இருபது அல்லது முப்பது நிமிடங்கள் மட்டுமே தூங்கினாலும் அது எனக்கு நல்லது. அவனது முழு உடம்பையும் குறுக்கிக் கயிற்றின் மீது முன்பக்கமாகச் சாய்ந்தான். அவனது முழு எடையும் வலது கை மீது அழுத்திய நிலையில் தூங்கினான்.

அவன் சிங்கங்களைப் பற்றிக் கனவு காணவில்லை. மாறாக, எட்டு அல்லது பத்து மைல் நீளத்துக்குப் பரந்து அகன்று சென்ற இளம் டால்ஃபின்களைக் கனவில் கண்டான். அது அவற்றின் இனப்பெருக்க காலம். அவை துள்ளி, காற்றில் உயரமாகப் பறந்து, அதன்பின், அவை துள்ளும் போது தண்ணீரில் ஏற்படுத்தியிருந்த குழிகளுக்குள்ளேயே மீண்டும் விழுந்தன.

அடுத்து, அவனது கிராமத்தில் அவனுடைய படுக்கையில் இருப்பதாகக் கனவு கண்டான். அப்போது, இலையுதிர்க் காலத்திலும்

குளிர் காலத்திலும் வளைகுடா பகுதி மீது வீசும் வட திசைக் கடுங்குளிர் காற்று வீசியது. அவன் கடும் குளிரில் இருந்தான். தலையணைக்குப் பதிலாக வலது கையை மடக்கி அதன் மேல் தலை வைத்துப் படுத்திருந்ததால் அது மரத்துப் போனது.

அதற்குப்பின், ஒரு நீண்ட மஞ்சள் நிறக் கடற்கரையைப் பற்றிக் கனவு காணத் தொடங்கினான். அந்திப் பொழுதில், முன் இருட்டு நேரத்தில் முதல் சிங்கம் அங்கே வந்ததைக் கண்டான். அதைத் தொடர்ந்து மற்ற சிங்கங்கள் வந்தன. கப்பல் அங்கே நங்கூரம் பாய்ச்சி நிறுத்தப்பட்டிருந்தது. கப்பலின் முன்பகுதியிலிருந்த பலகை மீது அவனுடைய தாடையை வைத்திருந்தான். கடலிலிருந்து தென்றல் காற்று வீசியது. மேலும் அதிக எண்ணிக்கையில் சிங்கங்களின் வருகையை எதிர்பார்த்துக் காத்திருந்தான். அவன் மகிழ்ச்சியாக இருந்தான்.

நிலவு உதித்து நீண்ட நேரமாயிருந்தது. அவன் இன்னமும் தூங்கிக் கொண்டிருந்தான். மீன் ஒரே சீராகப் படகை இழுத்துச் சென்றது. தாழ்வாக வந்த மேகக் கூட்டங்களின் குகைப் பாதைக்குள் படகு நுழைந்தது.

அவனது வலது கைமுட்டி அவன் முகத்தைத் திடீர் எனத் தாக்கியது. வலது கை வழியாகக் கயிறு வெளியே இழுக்கப்பட்டு அவன் கையில் எரிச்சலும் வலியும் ஏற்பட்டன. அதனால் அவன் திடுக்கிட்டு விழித்து எழுந்தான். அவனது இடது கையைப் பற்றி அவன் எதுவும் உணரவில்லை. அவனால் முடிந்த அளவு அவனது வலது கையால் கயிற்றின் ஓட்டத்தைத் தடுத்தான். ஆனால், கயிறு அதிக வேகத்துடன் வெளியேறியது. ஒருவழியாக இடது கையால் கயிற்றைப் பிடித்தான். கயிற்று இழுப்புக்கு எதிராகப் பின்னால் சாய்ந்தான். இப்போது அவன் முதுகிலும் இடது கையிலும் கயிறு எரிச்சல் உண்டாக்கியது. கயிற்று இழுப்பின் முழுத் தாக்கத்தையும் இடது கை தாங்கியது. அதில் மோசமான காயங்கள் ஏற்பட்டன. அவன், பின்னால் திரும்பி கயிற்றுச் சுற்றுகளைப் பார்த்தான். அவை நேர்த்தியாகக் கயிற்றை விடுவித்துக்கொண்டிருந்தன. அதே நொடியில், திடீரென்று கடல் நீர்ப்பரப்பைக் கிழித்துக்கொண்டு மீன் மேலே துள்ளி, பலத்த சத்தத்துடன் தண்ணீரில் விழுந்தது. அது மீண்டும் மீண்டும் துள்ளியது. படகு வேகமாகப் போய்க்கொண்டிருந்தது. கயிறும் வேகமாக வெளியேறிக் கொண்டிருந்தது. கயிறு அறுந்துபோகும் அளவுக்கு மிகுந்த பலத்துடன் கயிற்றை இழுத்து நிறுத்த முயற்சி செய்தான். இதுபோல் மீண்டும்மீண்டும் முயற்சி செய்தான். கயிற்றின் இழுப்பு

விசையால் பலமாக இழுக்கப்பட்டுப் படகின் முன்பகுதியில் கீழே தள்ளப்பட்டான்; அவன் முகம், வெட்டி வைக்கப்பட்டிருந்த டால்ஃபின் மீனின் சதைத் துண்டின் மேல் இருந்தது. அங்கிருந்து அவனால் நகர முடியவில்லை.

இதற்காகத்தான் நாம் இதுவரைக் காத்திருந்தோம் என்று நினைத்தான். இப்போது நாம் அதைச் சந்திக்கும் நேரம் வந்துவிட்டது.

என்னுடைய கயிற்றை இழுப்பதற்கு அது கடுமையாகப் பாடுபட வேண்டும் என்று நினைத்தான். ஆம், அது கடுமையாகப் பாடுபட வேண்டும்.

மீன் போட்ட துள்ளல்களை அவனால் பார்க்க முடியவில்லை. மீன் வேகமாக மேலே துள்ளிய போது உண்டான சத்தத்தையும், அது தண்ணீரில் விழுந்த போது உண்டான தண்ணீர் சிதறல்களின் கனமான சத்தத்தையும் மட்டுமே அவன் கேட்டான். வெளிப் பக்கமாக இழுக்கப்பட்ட கயிற்றின் வேகம் அவன் கைகளை அறுத்துச் சென்றது. ஆனால், இப்படியெல்லாம் நடக்கும் என்று அவனுக்கு எப்போதும் தெரியும். ஆகையால் அவனுடைய உள்ளங்கையிலும், விரல்களிலும் வெட்டுக் காயங்கள் ஏற்படாதவாறு, அவனது கையில் காய்த்துத் தடித்திருந்த பகுதிகளின் வழியாகக் கயிற்றை வெளியேறச் செய்தான்.

சிறுவன் அவனுடன் இருந்திருந்தால், அவன் கயிற்றுச் சுருள்களை ஈரமாக்கியிருப்பான் என்று நினைத்தான். உண்மைதான். சிறுவன் இங்கு இருந்திருந்தால் எப்போதும் இதே நினைப்புதானா?

கயிறு வெளியே போய்க்கொண்டேயிருந்தது; ஆனால், இப்போது அது வெளியே போகும் வேகம் குறைந்துகொண்டிருந்தது. ஒவ்வொரு அங்குலம் கயிற்றை வெளியே இழுப்பதற்கும் மீனை மிகக் கடுமையாக உழைக்கச் செய்துகொண்டிருந்தான். அவன் கன்னம் நசுக்கிய மீன் துண்டிலிருந்தும், மரப் பலகையிலிருந்தும் அவன் தலையை மேலே உயர்த்தினான். அதன் பின் முழங்கால்களை ஊன்றி நின்று, மெதுவாக எழுந்து நேராகக் கால்களில் நின்றான். கயிற்றை விட்டுக் கொடுத்தான், ஆனால், எப்போதுமே மிகவும் மெதுவாக விட்டுக் கொடுத்தான். கயிற்றுச் சுருள்களை அவனால் பார்க்க முடியவில்லை. அதனால் கயிறு இருந்த இடத்துக்கு மெதுவாக நகர்ந்து சென்று அதைக் காலால் தடவி உணர்ந்தான். இன்னும் ஏராளமான கயிறுகள் இருந்தன. இப்போது, புதிதாக இணைக்கப்பட்ட எல்லாக்

கயிறுகளும் தண்ணீரில் உண்டாக்கும் எதிர்ப்பு சக்தியையும் சேர்த்து மீன் இழுக்க வேண்டியதிருந்தது.

ஆமாம், அதுதான் உண்மை என்று அவன் நினைத்தான். மீன் ஒரு டஜன் முறைக்கும் அதிகமாக மேலே துள்ளியது; அதன் முதுகுப் பக்கமாக இருந்த காற்றுப் பைகளில் காற்று நிரம்பியது. அதனால், மீனால் இனிமேல் கீழே ஆழமாகப் போக முடியாது; அப்படிப் போனால் அது உயிரோடு இருக்க முடியாது; என்னாலும் அங்கிருந்து அதை மேலே கொண்டுவர முடியாது. கூடிய சீக்கிரம் அது வட்டம் போடத் தொடங்கும். அப்போது, அதனுடன் என்னுடைய வேலை யைத் தொடங்க வேண்டும். ஆனால், அது திடீரெனத் துள்ளுவதற்கு என்ன காரணம் இருக்க முடியும்? பசியால் அது தன்நிலையிழந்து இயலாமையால் தவித்திருக்குமோ? அல்லது இரவில் அது எதை யாவது பார்த்து மிரண்டிருக்குமோ? ஒருவேளை அது திடீரென பயந் திருக்கலாம். ஆனால், அது மிகவும் அமைதியான, வலிமையான மீனாகத்தான் இருந்தது. மேலும் அது பயம் அறியாதது; தன்னம்பிக்கை நிறைந்தது. இது விநோதமாக இருக்கிறது.

“முதியவனே, முதலில் நீ பயப்படாதவனாகவும் தன்னம்பிக்கை நிறைந்தவனாகவும் இரு” என்று தனக்குக் கூறினான். “மீண்டும் அந்த மீனை நீ இழுத்து நிறுத்திக்கொண்டிருக்கிறாய். ஆனால், கொஞ்சம் கூட உன்னால் கயிற்றை உன் பக்கம் இழுக்க முடியவில்லை. அதனால், கூடிய சீக்கிரம் அது வட்டமாகச் சுற்ற வேண்டிய நிலை ஏற்படும்.”

இப்போது முதியவன் இடது கையாலும் தோள்களாலும் மீனின் கயிற்றைப் பிடித்திருந்தான். கீழே குனிந்து வலது கையால் தண்ணீரை அள்ளி, நசுக்கப்பட்ட டால்ஃபின் மீன் சதை ஒட்டியிருந்த முகத்தைக் கழுவினான். அந்தச் சதை அவனுக்குக் குமட்டல் உண்டாக்கி, வாந்தி யெடுத்து, வலிமை இழந்துவிடலாம் என பயந்தான். முகத்தைச் சுத்தம் செய்தபின் ஒரு பக்கமாகக் குனிந்து வலது கையைத் தண்ணீரில் கழுவினான். கையைக் கடலின் உப்புத் தண்ணீருக்குள் வைத்தபடி, சூரிய உதயத்துக்கு முன்னால் வரும் முதல் வெளிச்சத்தைக் கண்டான். மீன் கிழக்கு நோக்கிப் போகிறது என்று அவன் எண்ணினான். அப்படியானால், மீன் சோர்வடைந்து, அதனால் நீரோட்டத்தோடு நீந்துகிறது என்று பொருள் கொண்டான். கூடிய சீக்கிரம் மீன் வட்டமாகச் சுற்றும். அதன் பின்புதான் நமது முக்கியமான வேலை தொடங்கும்.

கை நீண்ட நேரம் தண்ணீருக்குள் இருப்பதை உணர்ந்த முதியவன் கையை வெளியே எடுத்து அதை உற்றுப்பார்த்தான்.

“இது ஒன்றும் மோசமில்லை” என்றான். “மனிதனுக்கு வலி என்பது ஒரு பொருட்டே இல்லை.”

புதிதாக ஏற்பட்ட காயங்களில் கயிறு படாதவாறு அதை மிகக் கவனமாகப் பிடித்தான். படகின் மறுபக்கமாகத் தண்ணீருக்குள் இடது கையை நுழைக்க ஏதுவாக, அவனுடைய உடல் எடையை வேறு பக்கமாகச் சாய்த்தான்.

“நீ ஒன்றும் மோசமாக வேலை செய்யவில்லை” என்று அவன் தனது இடது கையிடம் சொன்னான். “ஆனாலும், ஒரு நொடிப் பொழுது உன்னை என்னால் கண்டுபிடிக்க முடியவில்லை.”

நான் ஏன் இரண்டு நல்ல கைகளுடன் பிறக்கவில்லை என்று அவன் நினைத்தான். இடது கைக்கு சரியான முறையில் பயிற்சி அளிக்காதது ஒருவேளை என்னுடைய தவறாக இருக்கலாம். கற்றுக் கொள்வதற்கு அந்தக் கைக்குத் தேவையான வாய்ப்புகள் இருந்தன என்று இறைவனுக்குத் தெரியும். இரவில் அது ஒன்றும் மோசமாகச் செயல்படவில்லை. அது ஒரு முறைதான் மரத்துப்போனது. மீண்டும் அது மரத்துபோனால், அதை கயிறு வெட்டி எறியட்டும்.

அவன் தெளிவாகச் சிந்திக்கும் நிலையில் இல்லை என்பது அவனுக்குத் தெரியும் என்று அவன் நினைத்தான். அதனால், அவன் இன்னும் கொஞ்சம் டால்ஃபின் மீன் துண்டுகளைச் சவைக்க வேண்டும் என்றும் நினைத்தான். ஆனால், என்னால் அது முடியாது என்றும் தனக்குத் தானே சொல்லிக்கொண்டான். குமட்டல் வந்து அதனால் என் வலிமையை இழப்பதைவிட தெளிவற்ற நிலையில் இருப்பதே மேல். மேலும், என்னுடைய முகம் டாஃல்பின் இறைச்சியின் மேல் இருந்ததால், நான் அதைச் சாப்பிட்டாலும் என்னால் அதைத் தக்கவைக்க முடியாது. அது கெட்டுப்போகும்வரை அதை அவசரகாலப் பயன்பாட்டுக்கு வைத்திருப்பேன். சத்துணவு சாப்பிட்டு பலத்தை அதிகரிப்பதற்கான காலம் கடந்துவிட்டது. நீ ஒரு முட்டாள் என்று தன்னைக் கடிந்தான்; இன்னும் ஒரு பறவைமீன் இருக்கிறதே, அதைச் சாப்பிடு என்று சொல்லிக்கொண்டான்.

பறவைமீன் சுத்தப்படுத்தப்பட்டு சாப்பிட ஏதுவாக இருந்தது. அதை இடது கையால் எடுத்து, எச்சரிக்கையுடன் எலும்புகளைச் சவைத்து அதன் வால்வரை அனைத்தையும் சாப்பிட்டான்.

மற்ற எந்தவித மீனையும்விட இந்த மீன் சத்து நிறைந்தது என்று அவன் எண்ணினான். எனக்கு எந்த வகையான வலிமை தேவையோ அது இதில் கிடைக்கும். என்னால் என்ன செய்ய முடியுமோ அதை நான் இப்போது செய்துவிட்டேன் என்று நினத்தான். அது வட்டம் போடத் தொடங்கட்டும்; சண்டையும் தொடங்கட்டும்.

அவன் கடலுக்குச் சென்றபின் மூன்றாவது முறையாகச் சூரியன் உதயமான போது மீனும் வட்டமாகச் சுற்றத் தொடங்கியது.

கயிற்றின் சாய்ந்த நிலையைக் கணக்கில் கொண்டு, மீன் வட்டம் அடிப்பதை அவனால் பார்க்க முடியவில்லை. அதற்கு இன்னும் நேரம் இருக்கிறது. கயிறு இழுக்கப்படும் அழுத்தத்தில் ஒரு சின்ன தொய்வு ஏற்பட்டதை உணர்ந்தான். வலது கையால் மெதுவாகக் கயிற்றை இழுக்கத் தொடங்கினான். எப்போதும்போல் கயிறு இறுக்கம் அடைந்தது. ஆனால், அது அறுந்துவிடும் நிலையை எட்டியபோது, கயிறு அவன் பக்கம் வரத்தொடங்கியது. தோள்களில் கிடந்த கயிறைத் தலை வழியாக சறுக்கி வெளியே கொண்டுவந்து, அதை மெதுவாக, ஒரே சீராக இழுக்கத் தொடங்கினான். இரண்டு கைகளையும் முன்னும் பின்னுமாக ஆட்டி, உடலாலும் கால்களாலும் அவனால் முடிந்த அளவு இழுத்தான். அவனுடைய வயதான கால்களும், தோள்களும் கயிறு இழுக்கப்படுவதற்கு சுழற்சி மையமாகச் செயல்பட்டன.

“அது ஒரு மிகப் பெரிய வட்டம்” என்றான். “ஆனால், அது சுற்றிக்கொண்டுதான் இருக்கிறது.”

அதற்குமேல் கயிற்றை இழுக்க முடியவில்லை. கயிறு இறுக்கம் அடைந்து அதிலிருந்து தண்ணீர் சொட்டுவதை அவன் சூரிய ஒளியில் கண்டான். அதன் பின்னர் கயிறு வெளியே போகத் தொடங்கியது. கயிறு மீண்டும் இருண்ட நீருக்குள் சென்றது; முதியவன் முழங்காலிட்டு அதை மனக்கசப்புடன் விட்டுக் கொடுத்தான்.

“மீன் சுற்றும் வட்டத்தின் தூரமான பகுதியில் இப்போது நீந்திக் கொண்டிருக்கிறது” என்றான் அவன்.

என்னால் முடிந்த அளவு கயிற்றை இழுத்துப் பிடிக்க வேண்டும் என்று அவன் எண்ணினான். அதனால் கயிற்றில் ஏற்படும் இறுக்கம், வட்டத்தின் சுற்றளவை ஒவ்வொரு சுற்றிலும் குறுக்கிவிடும். இன்னும் ஒரு மணி நேரத்தில் நான் அதைப் பார்த்தாலும் பார்ப்பேன். இப்போது நான் அதன் நம்பிக்கையை வளர்த்து, அதன்பின் அதைக் கொல்ல வேண்டும்.

ஆனால், மீன் மெதுவாகச் சுற்றிக்கொண்டே இருந்தது. இரண்டு மணி நேரம் ஆன பிறகும் மீன் வட்டம் அடித்துக்கொண்டே இருந்தது. முதியவன் அவனது வியர்வையில் நனைந்து சோர்வின் எல்லையைத் தொட்டு நின்றான். ஆனால், இப்போது அது சுற்றும் வட்டத்தின் சுற்றளவு வெகுவாகக் குறுகியிருந்தது. மேலும், கயிற்றின் சாய்வான நிலையைக் கணக்கிட்டு, மீன் நீந்திக்கொண்டே தொடர்ந்து மேலே வந்துகொண்டிருப்பதை அவனால் உணர முடிந்தது.

ஒரு மணி நேரமாக முதியவனின் கண் முன்னால் கறுப்புப் புள்ளிகள் தெரிந்தன. அவன் கண்கள் மீதும் கண்ணுக்குக் அடியிலும் நெற்றியிலுமிருந்த காயங்கள் மீதும் வழிந்த அவன் வியர்வை உப்பாகக் காய்ந்திருந்தது. கண்களின் முன்னால் தோன்றிய கரும் புள்ளிகளினால் அவன் பயப்படவில்லை. பலம்கொண்ட மட்டும் கயிற்றை இழுக்கும் போது கண் முன்னால் அப்படித் தெரிவது இயல்பானதுதான். ஆனால், இரண்டு தடவை அவன் மயக்கம் அடைவதுபோலவும், தலை சுற்றுவதுபோலவும் உணர்ந்தது அவனைக் கவலை கொள்ளச் செய்தது.

“அந்த மீனைப் பிடிப்பதில் தோல்வி அடைந்து நான் உயிர் விடுவதை அனுமதிக்க மாட்டேன்” என்று அவன் சொன்னான். “இவ் வளவு அற்புதமாக அது என்னிடம் வந்துகொண்டிருக்கும் நிலையில், இறைவன் எனக்குத் துயர் சகிக்கும் வலிமையை அருள்வாராக. நூறு முறை கர்த்தர் ஜெபத்தைத் துதிக்கிறேன்; மற்றொரு நூறு முறை மரியாளின் வாழ்த்தையும் ஜெபிக்கிறேன். ஆனால், இப்போது என்னால் அவற்றைக் கூற முடியாது.”

அவற்றை நான் இப்போது கூறிவிட்டதாகக் கருத வேண்டும் என்று அவன் நினைத்தான். அப்புறமாக அவற்றைக் கூறுகிறேன்.

அதே நொடியில், இரண்டு கைகளாலும் பிடித்திருந்த கயிற்றில் பலத்த அடி விழுவதையும், கயிறு வெடுக்கெனச் சுண்டி இழுக்கப் படுவதையும் உணர்ந்தான். கயிறு இழுக்கப்படுவது மிகமிகக் கூர்மை யாகவும், கடினமாகவும், கனமாகவும் இருந்ததை உணர்ந்தான்.

தூண்டில் கம்பியை மீன் அதன் ஈட்டி போன்ற அலகால் அடிக்கிறது என்று நினைத்தான். அது அப்படிச் செய்ததுதான் சரியானது. அது அப்படிச் செய்தே ஆக வேண்டும். அது மீனை மேலே துள்ளச் செய்யலாம். துள்ளுவதைவிட வட்டமடிப்பதுதான் விரும்பத் தக்கது. காற்று வாங்குவதற்காக மேலே துள்ளுவது அதற்கு அவசியமாகிறது.

ஆனால், ஒவ்வொரு முறை துள்ளும் போதும் ஊக்கு மாட்டியிருக்கும் காயம் விரிவடைந்து மீன் ஊக்கைத் துப்பிவிடலாம்.

"துள்ளாதே மீனே, துள்ளாதே" என்றான் அவன்.

தூண்டில் கம்பியை மீன் மீண்டும் பல முறை தாக்கியது. ஒவ்வொரு முறை மீன் அதன் தலையைக் குலுக்கித் தாக்கும் போதும், முதியவன் இன்னும் கொஞ்சம் கயிற்றை விட்டுக் கொடுத்தான்.

மீனுக்கு ஏற்பட்டிருக்கும் வலியை நான் அதே அளவில் நீடிக்கச் செய்ய வேண்டும் என்று நினைத்தான். எனது வலியைப் பற்றிக் கவலையில்லை. நான் என்னுடைய வலியைக் கட்டுப்படுத்த முடியும். ஆனால், மீனின் வலி அதைப் பைத்தியமாக்கிவிடும்.

சற்று நேரத்துக்குப் பின்னர், தூண்டில் கம்பியை அடிப்பதை நிறுத்திய மீன் மீண்டும் மெதுவாக வட்டமிடத் தொடங்கியது. முதியவன் கயிற்றை ஒரே சீராகத் தொடர்ந்து இழுத்து அதைத் தன்வசமாக்கிக்கொண்டிருந்தான். ஆனால், மறுபடியும் மயக்கம் வருவதுபோல் உணர்ந்தான். இடது கையால் கடல்நீரை அள்ளித் தலையில் தெளித்தான். அதன்பின், அதிக அளவு தண்ணீரைக் கழுத்தின் பின்புறத்தில் தெளித்துத் தேய்த்தான்.

"எனக்கு மரமரப்பு ஒன்றும் இல்லை" என்றான் அவன். "கூடிய சீக்கிரம் அது மேலே வரும்; அதுவரை என்னால் தாக்குப்பிடிக்க முடியும். நீ தாக்குப்பிடித்தே ஆக வேண்டும். அதைப் பற்றி பேசவே கூடாது."

படகின் முகப்பில் மீண்டும் மண்டியிட்டுச் சாய்ந்து, ஒரு நொடி நேரத்தில் கயிற்றைத் தலைக்கு மேலாக நகர்த்தி முதுகின் குறுக்கே கொண்டுவந்தான். மீன் அதன் சுற்று வட்டத்தின் தூரப் பகுதிக்குப் போகும்போது நான் கொஞ்சம் ஓய்வு எடுக்கிறேன். மீண்டும் அது வட்டத்தில் என் பக்கமாக வரும்போது நான் எழுந்து நின்று அதை இழுக்க வேண்டும் என்று முடிவு செய்தான்.

மீன் அதுவாகவே ஒரு சுற்று சுற்றட்டும்; அப்போது கயிற்றை இழுக்காமல் படகின் முன்பக்கமாகச் சாய்ந்து கொஞ்சம் ஓய்வு எடுக்கலாம் என்ற ஒரு பெரிய சபலம் அவனுக்குள் எழுந்தது. ஆனால், கயிறு இழுக்கப்படுவதின் தாக்கம், மீன் திரும்பிப் படகை நோக்கி வருவதை உணர்த்தியது. உடனே அவனை மையப்படுத்தி, கைகளை முன்னும்பின்னும் சுழற்றி கயிற்றை இழுத்தான். இழுத்த கயிற்றையெல்லாம் சுற்றி வைத்தான்.

தடாகம் 87

எப்போதும் இல்லாத அளவு நான் இப்போது சோர்வாக இருக்கிறேன் என்று நினைத்தான். எப்போதுமே கிழக்கு திசையிலிருந்து மேற்கு திசையில் வீசிக்கொண்டிருக்கும் காற்று இப்போது வேகம் எடுக்கிறது. மீனைப் படகின் பக்கமாக இழுப்பதற்கு அந்தக் காற்று உகந்தது. அது எனக்கு மிகவும் அத்தியாவசியமாகத் தேவைப்படுகிறது.

"மீன் அடுத்த சுற்று போகும் போது ஓய்வு எடுப்பேன்" என்றான் அவன். "நான் இப்போது முன்னைவிடக் கொஞ்சம் நன்றாயிருக்கிறேன். இன்னும் இரண்டு அல்லது மூன்று சுற்றுகளில் நான் அதைப் பிடிப்பேன்."

அவனுடைய புல் தொப்பி அவனுடைய தலையின் பின்பக்கமாகக் கீழே இறங்கியிருந்தது. மீன் திரும்பிய போது கயிறு இழுக்கப்பட்ட வேகத்தில் அவன் படகின் முன்பக்கத்துக்குள் சரிந்தான்.

மீனே, நீ இப்போது நீந்து. நீ திரும்பி வரும்போது நான் உன்னைப் பிடிக்கிறேன் என்று அவன் எண்ணினான்.

கடலின் நீர்மட்டம் கணிசமாக உயர்ந்திருந்தது. ஆனால், இது பயனுள்ள வானிலையால் ஏற்படும் காற்று. அவன் வீடு போய்ச் சேர்வதற்கு அது அவனுக்குக் கட்டாயம் தேவை.

"நான் இப்போது தெற்குப் பக்கமாகவும், அதன்பின் மேற்குப் பக்கமாகவும் படகைத் திருப்புவேன், என்றான் அவன். "ஒரு போதும் மனிதன் கடலில் காணாமல் போனதில்லை; மேலும், இது ஒரு நீண்ட தீவு."

மீனின் மூன்றாவது சுற்றில்தான் அவன் அதை முதல் முறையாகப் பார்த்தான்.

முதலில் அவன் அதை ஓர் இருண்ட நிழலாகப் பார்த்தான். அவனால் நம்ப முடியாத அளவு நீளமாக இருந்த அந்த நிழல், படகின் அடிப்பக்கமாகப் படகைக் கடந்து செல்ல மிக அதிக நேரம் எடுத்தது.

"இல்லை" என்றான் அவன். "இது அந்த மீனாக இருக்க முடியாது."

ஆனால், அந்த மீன் அந்த அவ்வளவு பெரியதாகத்தான் இருந்தது. அந்தச் சுற்றின் முடிவில் அது நீர்பரப்பின் மேலே, ஆனால், முப்பது கஜத் தூரம் தள்ளி வந்தது. தண்ணீருக்கு வெளியே வந்த அதன் வாலை முதியவன் பார்த்தான். தண்ணீருக்கு மேலே மங்கலான அடர் நீல நிறத்தில் தெரிந்த அந்த வால், ஒரு பெரிய அரிவாளின் அலகைவிட உயரமாக இருந்தது. அந்த வாலை உள்ளே இழுத்த மீன் தண்ணீர்

பரப்பில் சற்று தணிந்த நிலையில் நீந்தியது. முதியவன் அந்த மிகப் பெரிய மீனின் முழு உருவத்தையும், அதன் மீது தெரிந்த ஊதா நிறக் கோடையும் பார்த்தான். அதன் முதுகுத் துடுப்பு மடங்கியிருந்தது. அதன் நெஞ்சுப் பகுதியிலிருந்த மிகப் பெரிய துடுப்புகள் அகன்று விரிந்திருந்தன.

இந்தச் சுற்றில் முதியவன் அந்த மீனின் கண்களையும், அந்த மீனைச் சுற்றி நீந்திய இரண்டு உறிஞ்சு மீன்களையும் பார்த்தான். சில வேளைகளில் அவை இரண்டும் பெரிய மீனை ஒட்டிச் சென்றன; சில வேளைகளில் அதனிடமிருந்து வேகமாக விலகிச் சென்றன. சில வேளைகளில் அவை அதன் நிழலில் எளிதாக நீந்தின. அவை ஒவ்வொன்றும் மூன்று அடி நீளமிருந்தது. அவை வேகமாக நீந்தும் போது, விலாங்கு மீன்களைப் போல அவற்றின் முழு உடல்களையும் பலமாக விசிறி அடித்துச் சென்றன.

முதியவனுக்கு இப்போது வியர்த்துக் கொட்டியது. அது சூரிய வெப்பத்தால் ஏற்படவில்லை. வேறு ஏதோ ஒரு காரணமும் இருந்தது. மீன் ஒவ்வொரு முறை அமைதியாகத் திரும்பும் போதும், அவன் கொஞ்சம் கயிற்றை தன்வசப்படுத்தினான். இன்னும் இரண்டு சுற்றுச் சுற்றித் திரும்பும் போது அதை ஈட்டியால் குத்த வாய்ப்புக் கிடைக்கும் என்று நிச்சயமாக இருந்தான்.

ஆனால், மீனை நான் என் அருகில் இழுக்க வேண்டும், இன்னும் அருகில், இன்னும் மிக அருகில் என்று எண்ணினான். நான் அதன் தலைக்குக் குறி வைக்கக் கூடாது. அதன் இதயத்தில் குத்த வேண்டும்.

"முதியவனே, அமைதியாய் இரு, வலிமையாய் இரு" என்றான் அவன்.

அடுத்த சுற்றில் மீனின் முதுகு வெளியே தெரிந்தது. ஆனால், மீன் படகிலிருந்து சற்றுத் தூரமாக இருந்தது. அதற்கு அடுத்த சுற்றில் அது மிகவும் அதிகத் தூரத்தில் இருந்தது. ஆனால், அது தண்ணீருக்கு வெளியே இன்னும் உயரத்தில் தெரிந்தது. கயிற்றை இன்னும் அதிக நீளம் கைப்பற்றினால், மீனைப் படகை ஒட்டி இழுக்க முடியும் என்று முதியவன் நிச்சயமாக நம்பினான்.

நீண்ட நேரத்துக்கு முன்பாகவே அவன் குத்தீட்டியை ஆயத்த நிலையில் வைத்திருந்தான். அதன் மெல்லிய கயிற்றுச் சுருள் வட்டக் கூடைக்குள் இருந்தது. அந்தக் கயிற்றின் கடைசி முனைப் படகு முகப்பில் இருந்த கட்டையில் கட்டப்பட்டிருந்தது.

மிகவும் அழகாயிருந்த அந்த மீன் இப்போது அதன் பெரிய வாலை மட்டும் அசைத்து அமைதியாக அதன் வட்டத்தில் சுற்றியது. முதியவன் மீனை இன்னும் அருகில் கொண்டுவருவதற்காக அவனால் முடிந்த மட்டும் அதை இழுத்தான். ஒரு நொடி நேரம், மீன் ஒரு பக்கமாகச் சிறிது சாய்ந்தது. ஆனால், அது மீண்டும் தன்னை நேராக நிமிர்த்தி அடுத்த சுற்றைத் தொடங்கியது.

"நான் அதை நகர்த்தினேன்" என்று சொன்ன முதியவன், மீண்டும், "அப்போது நான் அதை நகர்த்தினேன்" என்றான்.

இப்போது மீண்டும் மயக்கம் வருவதுபோல் அவன் உணர்ந்தாலும், மீன் இழுப்பின் தாக்கத்தை அவனால் முடிந்த அளவு தாங்கி மீனை இழுத்து நிறுத்தினான். நான் அதை நகர்த்தினேன், என்று நினைத்தான். இந்த முறை மீனைப் பிடித்துவிடலாம். கைகளே இழுங்கள்; கால்களே, தாக்குப்பிடியுங்கள்; தலையே, எனக்காகத் தாக்குப்பிடி; எனக்காகத் தாக்குப்பிடி. நீங்கள் இதுவரை என்னைக் கைவிட்டதில்லை. இந்த முறை அதைப் படகுக்குள் இழுத்துவிடுகிறேன்.

அவனுடைய பலத்தையெல்லாம் ஒருங்கிணைத்து இழுத்தான். அதன் ஆரம்பம், மீனைப் படகின் பக்கமாகக் கொண்டுவரும் அளவுக்கு நன்றாகத்தான் இருந்தது. ஆனால், மீன் அதன் வலிமையை யெல்லாம் பயன்படுத்திப் பாதி வழியில் தன்நிலை அடைந்து திரும்பி நீந்திச் சென்றது.

"மீனே" என்று அழைத்த முதியவன், "மீனே, நீ எப்படியும் சாகத்தான் போகிறாய். என்னையும் நீ கொல்ல வேண்டுமா?" என்று கேட்டான்.

இந்த மாதிரி வழிமுறைகளால் எதுவும் சாதிக்கவில்லை, என்று அவன் நினைத்தான். பேச முடியாத அளவுக்கு அவனுடைய வாய் ரொம்பவும் வறண்டிருந்தது. ஆனால், தண்ணீர் குவளை அவன் கைக்கு எட்டாத தூரத்தில் இருந்தது. இந்த முறை மீனை எப்படி யாவது அருகில் இழுக்க வேண்டும் என்று அவன் நினைத்தான். மீன் இதற்கு மேலும் சுற்றிச்சுற்றி வந்தால் அதைச் சமாளிக்கும் வலிமை எனக்கு இல்லை. உன்னிடம் வலிமை இருக்கிறது என்று தனக்குத் தானே சொல்லிக்கொண்டான். ஆமாம், நீ எப்போதுமே வலிமையுடன் இருப்பவன்.

அடுத்த சுற்றில் கிட்டத்தட்ட அதை அவன் பிடித்துவிடும் நிலையில் இருந்தான்; ஆனால், மீண்டும் அந்த மீன் தன்னைச் சரிசெய்துகொண்டு மெதுவாக நீந்திச் சென்றது.

மீனே, நீ என்னைக் சாகடிக்கிறாய் என்று முதியவன் நினைத்தான். ஆனால், என்னைச் சாகடிக்க உனக்கு உரிமை இருக்கிறது. சகோதரனே, உன்னைவிடச் சிறந்த, அல்லது இன்னும் அழகான, அல்லது இன்னும் அமைதியான, அல்லது மேலும் உன்னதமான படைப்பை நான் ஒரு போதும் கண்டதில்லை. தயங்காதே, வா, வந்து என்னை வதம் செய்வாய். என்னை யார் கொல்கிறார் என்பதைப் பற்றி எனக்குக் கவலை இல்லை.

இப்போது நீ குழப்பம் அடைந்துகொண்டிருக்கிறாய், என்று அவன் நினைத்தான். எப்போதும் நீ உனது சிந்தனையைத் தெளிவாய் வைத்திருக்க வேண்டும். உனது சிந்தனையைத் தெளிவாக்கி, ஒரு வீரனைப் போல் எப்படித் துயரங்களை எதிர் கொள்ள வேண்டும் என்பதைத் தெரிந்துகொள். அல்லது, ஒரு மீனைப்போல, என்று அவன் நினைத்தான்.

"தலையே, தெளிவடைவாய்" என்று சொன்ன அவனுடைய குரல் அவனுக்கே கேட்டிருக்காது. "தெளிவடைவாய்."

மீன் மேலும் இரண்டு முறை சுற்றிய போதும், இதே நிலை நீடித்தது.

எனக்கு ஒன்றும் புரியவில்லை, என்று அவன் எண்ணினான். ஒவ்வொரு முறையும் அவன் மீனைப் பிடித்துவிடும் நிலையில் இருந்ததாகத்தான் உணர்ந்தான். ஆனால், எனக்குப் புரியவில்லை. என்றாலும் நான் மற்றும் ஒரு முறை முயற்சி செய்கிறேன்.

மேலும் ஒரு முறை முயன்றான். மீனை அவன் பக்கமாக அவன் திருப்பியபோது, அதைப் பிடிக்க முடியும் என்று உணர்ந்தான். ஆனால், மீன் தன்னைச் சரியான பாதையில் திருப்பிக்கொண்டு, தன்னுடைய பெரிய வாலைக் காற்றில் ஆட்டியபடி மெதுவாக அங்கிருந்து நீந்திச் சென்றது.

ஈரத்தால், அவன் கைகள் மென்மையாக இருந்தன. மின்வெட் டொளியில் மட்டுமே அவனால் தெளிவாகப் பார்க்க முடிந்தது. இருந்தாலும், நான் மீண்டும் முயற்சி செய்வேன் என்று அவன் உறுதி எடுத்தான்.

அவன் மறுபடியும் முயன்றான். ஆனால், அதே நிலைதான் நீடித்தது. ஆகையால், மீனுக்கு முந்தி, அவனே முன்முயற்சி எடுக்க வேண்டும் என உணர்ந்தான். மற்றொரு முறை நான் முயற்சி செய்கிறேன் என்று நினைத்தான்.

அவனிடம் மிச்சம் மீதம் இருந்த வலிமையையும், எப்போதோ அவன் இழந்த பெருமைகளையும் ஒன்று திரட்டி, தாங்க முடியாத துயர் தந்த மீனுக்கு எதிராகத் தீவிரமாக இயங்கினான். மீன் அவன் பக்கமாக வந்தது. ஒரு பக்கமாகச் சாய்ந்து மெதுவாக நீந்தியது. அதன் அலகு கிட்டத்தட்ட படகின் பலகைகளை உரசியவாறு சென்றது. ஊதா நிறப் பட்டைகள் குறுக்கிட்ட வெள்ளி நிறமான, பரந்த, அகலமான, முடிவே இல்லாததுபோல் நீளமானதாக இருந்த அந்த மீன், படகைக் கடந்து செல்லத் தொடங்கியது.

முதியவன் கயிற்றைக் கீழே போட்டுக் காலால் மிதித்தான். ஏற் கனவே அவனிடம் இருந்த பலத்தையும், இப்போதைய தேவைக்காக சேர்த்த கூடுதல் பலத்தையும் ஒன்றுசேர்த்தான். அவனால் முடிந்த அளவு குத்தீட்டியை மேலே உயர்த்தினான். அதன்பின் குத்தீட்டியைக் கீழே இறக்கி, மீனின் ஒரு பக்கத்தில் அவன் மார்பு அளவு காற்றில் உயர்ந்து நின்ற மீனின் நெஞ்சுப் பகுதியில் துடுப்புக்குப் பின்னால் குத்தினான். குத்தீட்டி மீனுக்குள் இறங்குவதை உணர்ந்த முதியவன் அதன் மேல் சாய்ந்து, அவனுடைய மொத்த எடையையும் அதன் மீது பதித்து, குத்தீட்டியை இன்னும் ஆழமாக இறக்கினான்.

மீன், அதனுடைய இறப்பை அதனுள்ளே அடக்கிவைத்தபடி, உயிருடன் மேலே வந்தது. அதனுடைய ஈடில்லா நீளத்தையும், அகலத்தையும், அதன் முழு வலிமையையும், ஒப்பிலா அழகையும் வெளிப்படுத்தி, தண்ணீருக்கு மேல் ஓங்கி உயர்ந்து நின்றது. முதிய வனுக்கும் படகுக்கும் மேலாக அந்த மீன் காற்றில் தொங்கிக் கொண்டிருப்பதுபோல் தோன்றியது. பின்னர் அது தண்ணீரில் விழுந்து பேரொலியை எழுப்பியது. அதன் தாக்கத்தால் எழுந்த தண்ணீர் சிதறல்கள் முதியவன் மீதும் அவன் படகின் அனைத்து பாகங்களின் மீதும் தெரித்தன.

முதியவன் மயக்கம் அடைவதுபோலவும் நோயுண்டதுபோலவும் உணர்ந்தான். அவனால் தெளிவாகப் பார்க்க முடியவில்லை. குத்தீட்டி யிலிருந்த கயிற்றை அவனது கரடுமுரடான கைகள் வழியாக மெது வாக விடுவித்தான். அவனால் தெளிவாகப் பார்க்க முடிந்தபோது, அந்த மீன் அதன் வெள்ளி வயிறு தெரிய தண்ணீரில் மல்லாக்கக்

கிடந்ததைக் கண்டான். குத்தீட்டியின் கம்பு மீனின் தோளிலிருந்து சாய்வாக நீட்டிக்கொண்டிருந்தது. அதன் இதயத்திலிருந்து வெளி யேறிய இரத்தம் கடல்நீரில் கலந்து அதன் நிறத்தைச் சிவப்பாக மாற்றியது. முதலில் அந்த நிறம், நீலக் கடல்நீரில் ஒரு மைல் நீளத்துக்கும் அதிகமான ஆழத்தில் ஒரு கரும் மீன்திரள்போல் இருந்தது. அதன் பின், அது ஒரு மேகக் கூட்டம்போல் பரந்து விரிந்தது. மீன் வெள்ளி நிறத்தில் அசைவற்று அமைதியாகக் கடல் அலைகளில் மிதந்தது.

முதியவன் அவனுக்கிருந்த காட்சியாற்றலின் கண நேரக் காணொளியால் கவனமாக நோட்டமிட்டான். அதன்பின், குத்தீட்டி யின் கயிற்றைப் படகின் முகப்புக் கட்டையில் இரண்டு சுற்று சுற்றியபின், கைகளின் மீது தலை சாய்த்தான்.

"எனது தலையைத் தெளிவாக வைத்திரு" என்று படகு முகப் பிலிருந்த மரக்கட்டையிடம் சொன்னான். "நான் ஒரு களைப்படைந்த முதியவன். இந்த மீன் எனது சகோதரன். அதை நான் கொன்று விட்டேன். இனி நான் கடினமான வேலை செய்ய வேண்டும்."

இப்போது மீனைப் படகின் ஓரமாகக் கட்டுவதற்கு கயிறு களையும், கயிற்றில் சுருக்குகளையும் நான் ஆயத்தம் செய்ய வேண்டும். நாங்கள் இரண்டு பேர் இருந்தாலும், இருவரும் சேர்ந்து அளவுக்கு அதிகமாகப் பாடுபட்டு மீனைத் தண்ணீரிலிருந்து எடுத்துப் போட்டாலும், இந்தப் படகால் ஒருபோதும் அதைத் தாங்க முடியாது. தேவையான அனைத்தையும் தயார்செய்து, மீனைப் படகுக்கு அருகில் கொண்டுவந்து, நன்றாக இறுக்கிக் கட்ட வேண்டும். அதன் பின் பாய்மரத்தை நேராக நிறுத்திப் பாயை விரித்து வீடு செல்ல வேண்டும்.

மீனைப் படகின் ஓரமாகக் கொண்டுவருவதற்காக அதை இழுக்கத் தொடங்கினான். அதன் செவுள்கள் வழியாகக் கயிற்றை நுழைத்து வாய் வழியாக எடுத்து அதன் தலையைப் படகின் முன்பாகத்தில் இணைத்து இறுக்கமாகக் கட்ட வேண்டும். நான் அந்த மீனைப் பார்க்க வேண்டும், தொட வேண்டும், தொட்டு உணர வேண்டும் என்று நினைத்தான். அது எனக்கு என்னுடைய அதிர்ஷ்டத்தால் கிடைத்த கொடை. ஆனால், அதற்காக மட்டுமே நான் அதைத் தொட்டு உணர வேண்டும் என்று நினைக்கவில்லை. நான் குத்தீட்டியின் கம்பை இரண்டாம் முறையாக மீனுக்குள் தள்ளிய போது, நான் அதன் இதயத் துடிப்பை உணர்ந்தேன் என்று எண்ணினான். நான் இப்போது

அதைப் படகின் அருகில் இழுத்து, அதன் வாலில் ஒரு சுருக்குப் போட்டும், அதன் நடுப்பகுதியில் மற்றொரு சுருக்குப் போட்டும் அதைப் படகோடு இணைத்துக் கட்ட வேண்டும்.

"முதியவனே, போய் வேலையைத் தொடங்கு" என்று சொன்னான். அவன் மிகவும் கொஞ்சமாகத் தண்ணீர் குடித்தான். "இப்போது சண்டை முடிந்த நிலையில், அடுத்து செய்ய வேண்டிய வேலைகள் எல்லாம் அடிமைகளின் வேலைகள்போல் கடினமானவை."

அவன் மேலே வானைப் பார்த்தான்; அதன்பின் கீழே மீனைப் பார்த்தான்; கவனமாகச் சூரியனைப் பார்த்தான். நிலவைவிடச் சூரியன் ஒன்றும் பெரியதாக இல்லை என்று நினைத்தான். அப் போதும் கிழக்கிலிருந்து மேற்கு திசையில் வீசும் காற்று வேகம் பிடிக்கிறது. இந்தக் கயிறுகளால் பயன் இல்லை. நானும் சிறுவனும் வீட்டில் இருக்கும்போது அவற்றை இணைக்க வேண்டும்.

"வா, மீனே, வா" என்று அழைத்தான் அவன். ஆனால், மீன் வரவில்லை. அது இப்போது தண்ணீரில் மிதந்தபடி உருண்டுகொண் டிருந்தது. முதியவன் படகை மீனுக்குப் பக்கத்தில் கொண்டு போனான்.

அவன் மீனுக்கு இணையாகச் சென்ற போது, மீனின் தலை படகின் முன்பக்கமாக இருந்தது. அவனால் நம்ப முடியாத அளவுக்கு மீனின் உருவம் பெரியதாக இருந்தது. அவன் குத்தீட்டியின் கயிற்றை மரக்கட்டையிலிருந்து அவிழ்த்து, செவுள் வழியாக நுழைத்து அலகு வழியாக வெளியே எடுத்தான். அதை அலகின் மேல் ஒரு சுற்று சுற்றினான். அதன்பின் மற்றொரு செவுள் வழியாக கயிற்றை நுழைத்து அதன் அலகின் மீது மற்றும் ஒரு சுற்று சுற்றினான். இரண்டு கயிறுகளையும் முடிச்சுப் போட்டு இணைத்து படகின் முன்பக்கக் கட்டையில் கட்டினான். கயிற்றை வெட்டித் துண்டாக்கிய பின் மீனின் வாலைச் சுருக்குப் போட்டுக் கட்டுவதற்காகப் படகின் பின்பகுதிக்குச் சென்றான். மீன் அதன் இயற்கை நிறமான ஊதா வெள்ளி நிறத்தை இழந்து, வெள்ளி நிறமாக மாறியிருந்தது. ஆனால், அதன் மேல் இருந்த பட்டைக் கோடுகள் அதன் வாலைப் போலவே அதே வெளுத்த ஊதா நிறத்தில் இருந்தது. அந்தப் பட்டைக் கோடுகள், ஒரு மனிதனின் விரல்கள் விரித்த நிலையிலிருந்த கையைவிட அகலமாக இருந்தன. அந்த மீனின் கண்கள், பெரிஸ்கோப்பிலுள்ள கண்ணாடிகளைப் போலவோ ஊர்வலம் செல்லும் துறவியைப் போலவோ எதிலும் பற்று அற்றதாகத் தோற்றமளித்தன.

"இது ஒன்றுதான் அதைக் கொல்வதற்கான ஒரே வழியாக இருந்தது" என்று முதியவன் சொன்னான். தண்ணீர் குடித்தபின், களைப்பு நீங்கியிருந்தான். இதன் பின்னர் அவன் தோற்க மாட்டான் என்று அவனுக்குத் தெரியும். அவன் தலை தெளிவாக இருந்தது. அந்த மீனின் எடை ஆயிரத்து ஐநூறு பவுண்டுகளுக்கும் அதிகமாக இருக்கும் என்று நினைத்தான். ஒருவேளை இன்னும் அதிகமாக இருக்கலாம். அதைக் கழுவி சுத்தம் செய்தபின் மூன்றில் இரண்டு பங்கு கிடைக்கும். ஒரு பவுண்டுக்கு முப்பது சென்ட் வீதம்?

"அதைக் கணக்கிட எனக்கு ஒரு பென்சில் தேவைப்படுகிறது" என்று சொன்னான். "எனது தலை அவ்வளவு தெளிவாக இல்லை. ஆனால், சிறந்த விளையாட்டு வீரர் டிமாகியோ இன்று என்னை நினைத்து பெருமை அடைவார் என்று நினைக்கிறேன். எனக்குக் கால் ஆணியில்லை. ஆனால், கைகளும் முதுகும்தான் உண்மையாக வலிக்கின்றன." கால் ஆணி என்றால் எப்படி இருக்கும் என்று அவன் நினைத்தான். ஒருவேளை, அது என்ன என்று நமக்குத் தெரியாமலேயே அது நம்மிடம் இருக்கலாம் என்றும் நினைத்தான்.

மீனைப் படகின் முன்பாகத்திலும், பின்பாகத்திலும் மற்றும் நடுப்பாகத்தில் இருந்த குறுக்குச் சட்டத்திலும் சேர்த்துக்கட்டினான். இந்தப் படகைவிட மிகப் பெரிய படகை இதன் பக்கமாக இணைத்துக் கட்டியதுபோல் தோற்றமளித்த அந்த மீன், மிகவும் பெரியதாகவே இருந்தது. இடையூறு இல்லாமல் படகைச் செலுத்த ஏதுவாக, மீனின் வாய் திறந்துவிடாதபடி, ஒரு துண்டுக் கயிற்றால் அதன் கீழ்த்தாடையை அலகுடன் சேர்த்துக் கட்டினான். அதன் பின் பாய் மரத்தை உயர்த்தி நிறுத்தினான். பாயின் அடிக்கட்டையை மாட்டியபின் ஒட்டுகள் போடப்பட்ட பாய்மரத் துணியை விரித்தான். இப்போது படகு நகரத் தொடங்கியது. படகின் பின்பக்கத்தில் பாதி சாய்ந்த நிலையில் இருந்த முதியவன் படகைத் தென்மேற்கு திசையில் செலுத்தினான்.

தென்மேற்கு திசையை அறிவதற்கு அவனுக்குத் திசைகாட்டி தேவைப்படவில்லை. அவனுக்குத் தேவைப்பட்டதெல்லாம் மேற்கு திசை நோக்கி வீசும் கடும் காற்றும், பாய்மரத் துணியின் இழுவையும் தான். நான் ஒரு கரண்டியைக் கயிற்றில் கட்டி கடலில் விட வேண்டும். சாப்பிடுவதற்கும், நா வறட்சியைத் தீர்ப்பதற்கும் ஈரப்பசையுள்ள ஏதாவது ஒன்று கிடைக்கலாம். ஆனால், அவனிடம் கரண்டி எதுவும் இல்லை. இருந்த மத்தி மீன்களெல்லாம் கெட்டுப்போயிருந்தன.

தண்ணீரில் மிதந்து சென்ற காற்றுப் பைகளுடைய மஞ்சள் நிற வளைகுடா களைப் பூண்டுகளை மீன் கொக்கியால் தண்ணீரில் இழுத்துச் சென்றான். அவற்றில் ஒட்டியிருந்த சிறிய வகை இறால் மீன்களைப் படகில் உதறினான். அவை ஒரு டஜனுக்கும் அதிகமாக இருந்தன. அவை துள்ளி விழுந்து மணல் உண்ணிகளைப் போல் துடித்தன. அவனுடைய கட்டை விரலாலும் ஆள்காட்டி விரலாலும் தலைகளைக் கிள்ளி, அவற்றின் செதில்கள் மற்றும் வால்கள் அனைத்தையும் சவைத்துச் சாப்பிட்டான். அளவில் சிறியதாக இருந்தாலும், அவை ஊட்டச்சத்து நிறைந்தவை என்றும் சுவையானவை என்றும் அவனுக்குத் தெரியும்.

இறால்களைத் தின்றவுடன், அவனிடம் இருந்த இரண்டு வேளைக்கான தண்ணீரில் ஒன்றில் பாதியைக் குடித்தான். இவ்வளவு இடையூறுகள் இருந்தாலும் படகு நன்றாகவே சென்றுகொண் டிருந்தது. அவன் சுக்கானைப் பயன்படுத்திப் படகைச் செலுத்தினான். அவன் மீனைப் பார்த்தான்; மலைத்தான். அவனுடைய கைகளைக் கண்களால் கண்டும், படகின் பின்புறத்தில் அவன் முதுகை உரசி உணர்ந்தும் அவன் காண்பது கனவல்ல, நிஜத்தில் நடந்தவைதான் என்பதை உறுதி செய்தான். இதற்கு முன்னால், மீன் கிடைக்கும் தருவாயில், இயலாமையால் துயரம் அடைந்த அவன், ஒருவேளை இது கனவாக இருக்குமோ என்று நினைத்தான். அதன் பின்னர், அந்த மீன் நீரிலிருந்து மேலே துள்ளி, பின்னர் கீழே விழுவதற்கு முன்னால் அசைவின்றி அந்தரத்தில் தொங்கி நின்ற காட்சியைக் கண்ட அவன், அதன் நம்ப முடியாத ஒரு மாபெரும் விநோதத் தன்மையைக் கண்டான். அவனால் அப்போது அதைத் தெளிவாகப் பார்க்க முடியவில்லை. ஆனால், இப்போது அவன் எப்போதும் பார்ப்பதுபோல் நன்றாகப் பார்த்தான்.

அங்கே ஒரு மீன் இருப்பதும், அவன் கைகளும் முதுகும் கனவில்லை என்பதும் இப்போது அவன் அறிந்திருந்தான். கைகளில் இருந்த காயங்கள் சீக்கிரம் குணமாகிவிடும் என்று நினைத்தான். நான் அவற்றைச் சுத்தமாகத் துடைத்தேன். கடலின் உப்புநீரும் அவற்றைக் குணப்படுத்தும். இருப்பவற்றிலேயே, உண்மையான மருந்து, வளைகுடாவின் இருண்ட தண்ணீர்தான்; அதுதான் மிகச் சிறந்த மருந்தாகும். நான் செய்ய வேண்டியதெல்லாம் தெளிவாகச் சிந்திப்பது ஒன்றுதான். கைகள் அவற்றின் வேலைகளை செய்து விட்டன. படகு நன்றாகப் போய்க்கொண்டிருக்கிறது. மீன் அதன் வாயை மூடியபடியும் அதன் வாலை நேராக மேலும்கீழும்

ஆட்டியபடியும் நாங்கள் சகோதரர்கள்போல் பயணம் செய்கிறோம். அதன்பின் அவன் தெளிவாகச் சிந்திக்கும் திறனைக் கொஞ்சம் இழக்கத் தொடங்கினான். மீனை நான் இழுத்துச்செல்கிறேனா அல்லது மீன் என்னை இழுத்துச்செல்கிறதா என்று நினைத்தான். நான் மீனைப் பின்பக்கமாகக் கட்டி இழுத்துச்செல்வதற்கு வாய்ப்பே இல்லை. அதுபோல், பெருமைகளை எல்லாம் இழந்து இறந்து கிடந்த இந்த மீனைப் படகுக்குள் கிடத்துவதற்கும் வாய்ப்பே இல்லை. ஆனால், நாங்கள் ஒருவர் பக்கம் ஒருவர் இணைக்கப்பட்டு பயணம் செய்துகொண்டிருக்கிறோம் என்று முதியவன் எண்ணினான். மீனுக்கு மகிழ்ச்சி கிடைக்குமானால் அது என்னை இழுத்துச்செல்லட்டும். மீன் எந்த விதத்திலும் எனக்குத் தீங்கு செய்யவில்லை. எனது வஞ்சனைச் செயல்களால் மட்டுமே நான் அதைவிடச் சிறந்தவனாக இருக்கிறேன்.

அவர்கள் நல்லபடியாகப் பயணம் செய்தார்கள். கடல் உப்புத் தண்ணீரில் அவன் கைகளை நனைத்தான்; தெளிவாகச் சிந்திக்க முயற்சி செய்தான். வானத்தில், அடர்ந்த தாழ்நிலை மழை மேகத் திரள்களும், இன்னும் உயரத்தில் மெல்லிய மென்மையான மேகக் கீற்றுகளும் இருந்தன. அதனால், இரவு முழுவதும் இந்தக் காற்று நீடிக்கும் என்பது அவனுக்குத் தெரியும். அந்த மீனை அவன் பிடித்தது உண்மைதான் என்பதை உறுதிப்படுத்துவதற்காக அவன் தொடர்ந்து மீனைப் பார்த்தான். ஒரு மணி நேரம் சென்ற பின்பு முதல் சுறா அந்த மீனைத் தாக்கியது.

சுறாவின் தாக்குதல் தற்செயலாக நடந்த நிகழ்வு இல்லை. கடல் மேற்பரப்பிலிருந்து ஒரு மைல் ஆழத்தில் கறுத்த இரத்தக் கூட்டம் தேங்கிப் படர்ந்திருந்ததால், சுறா தண்ணீரின் ஆழமான அடிப்பகுதி யிலிருந்து மேலே வந்திருந்தது. எந்த விதமான முன்எச்சரிக்கையும் இல்லாமல் மிகுந்த வேகத்தில் வந்த சுறா, நீல நிற நீரின் மேற் பரப்பைக் கிழித்துக்கொண்டு சூரிய வெளிச்சத்துக்கு வந்தது. மேலே துள்ளிய சுறா மீண்டும் தண்ணீரில் விழுந்து, இரத்த வாடையை முகர்ந்து, மீனுடன் சென்ற படகின் பாதையில் நீந்தத் தொடங்கியது.

சில சமயம் சுறா இரத்த வாடையைத் தவறவிட்டது. மீண்டும் அந்த வாடையை முகர்ந்து, அல்லது அதன் மிகச் சிறிய அறிகுறியை உணர்ந்து, அதைத் தொடர்ந்து வேகமாகவும் உறுதியுடனும் அதே பாதையில் பயணம் செய்தது. அந்த மாக்கோ சுறா, உருவத்தில் மிகப் பெரியது; பலம் பொருந்தியது; வேகமாக நீந்தும் வல்லமை

படைத்தது. கடலில் அதிவேகமாக நீந்தும் மீனின் வேகத்துக்கு ஈடாக நீந்தக் கூடியது. அதன் தாடைகளைத் தவிர அதன் பாகங்கள் அனைத்துமே அழகானவைதான். அதனுடைய முதுகு வாளை மீனைப் போல நீல நிறத்திலும், அதன் வயிறு வெள்ளி நிறத்திலும் இருந்தன. அதன் தோல் வழவழப்பாக வனப்புடன் இருந்தது. அது வாளை மீனைப் போல உடல் அமைப்பு கொண்டது; ஆனால், அதன் மிகப் பெரிய தாடைகள் வேறுபட்டவை. இப்போது அது வேகமாக நீந்தும்போது தாடைகளை இறுக்கமாக மூடிக்கொண்டிருந்தது. மற்றும், அதன் உயரமான முதுகுத் துடுப்பு ஆடாமல் அசையாமல் நேராகக் கத்திபோல் தண்ணீரைக் கிழித்துக்கொண்டு நீர்ப்பரப்புக்கு சற்று அடியில் வேகமாக நீந்தியது. மூடியிருந்த அதன் தாடைகளின் இரட்டை உதட்டுக்குள் எட்டு வரிசைகளில் இருந்த அதன் பற்கள் உள்பக்கமாக வளைந்திருந்தன. பல வகையான சுறாக்களுக்கு இருப்பதுபோல் அவை சாதாரண பிரமிடு வடிவத்தில் அமைந்தவை யல்ல; பறவைகளின் இறுக்கமாகப் பற்றிய வளைந்த நகங்களைப் போல் மனித விரல்களின் வடிவத்தில் இருந்தன. அவை கிட்டத்தட்ட முதியவனின் விரல்கள் அளவு நீளமாயிருந்தன. அவற்றின் இரண்டு பக்கங்களிலும் சவரக் கத்திபோல் மிகக் கூர்மையான வெட்டும் விளிம்புகள் இருந்தன. இந்தச் சுறா கடலிலுள்ள அனைத்து வகையான மீன்களையும் அதன் உணவாக்கிக்கொள்ளும் வலிமை படைத்தது. அதற்கு எதிரிகளே இல்லை என்று சொல்லும் அளவுக்குப் பலமும், வேகமும், ஆயுதங்களும் கொண்டதாக இருந்தது. புதிதாக வந்த வாடையை உணர்ந்த சுறா, அதன் வேகத்தை இப்போது அதிகரித்தது. அதன் முதுகின் நீல நிறத் துடுப்பால் தண்ணீரைக் கிழித்தபடி முன்னேறியது.

சுறா வந்துகொண்டிருப்பதைப் பார்த்த முதியவனுக்கு, அந்தச் சுறா கொஞ்சம்கூடப் பயம் இல்லாதது என்பதும், அது நினைத்ததை மிகச் சரியாக அப்படியே முடிக்கக்கூடியது என்பதும் தெரியும். சுறா வருவதைப் பார்த்தவாறு, அவன் குத்தீட்டியில் கயிற்றைக் கட்டி அதைத் தயார் செய்தான். மீனைக் கட்டுவதற்காக வெட்டப்பட்ட கயிற்றின் அளவுக்கு அந்தக் கயிற்றின் நீளம் குறைவாக இருந்தது.

இப்போது முதியவன் மிகத் தெளிவாகவும் நன்றாகவும் தீர்மானம் நிறைந்தவனாகவும் இருந்தான்; ஆனால், நம்பிக்கையற்றவனாக இருந்தான். மிகச் சிறப்பான அந்த மீனை அவனால் அதிக நேரம் தக்கவைக்க முடியாது என்று நினைத்தான். சுறா மிக அருகில் வந்ததைப் பார்த்தபோது, முதியவன் தான் பிடித்து வைத்திருந்த

அழகான மீனை ஒரு முறை பார்த்தான். சுறா வருவது ஒரு கனவாக இருந்திருக்கலாம் என்று நினைத்தான். அது என்னைத் தாக்குவதை என்னால் தடுக்க முடியாது; மாறாக, நான் அதைக் கொல்ல முடியும். அது எவ்வளவு பெரிய பற்களை உடையது என்று நினைத்தான். நீ சாகப்போகிறாய், அது உன் அம்மாவின் துரதிர்ஷ்டம்.

சுறா வேகமாகப் படகின் பின்பக்கம் வந்தது. சுறா, மீனைத் தாக்கும் போது, அது அதன் வாயைத் திறப்பதையும், அதன் வித்தியாசமான கண்களையும், பற்கள் க்ளிக் என்ற சத்தத்துடன் மீனை அதன் வால் பகுதிக்கு மேல் கடிப்பதையும் முதியவன் பார்த்தான். சுறாவின் தலை தண்ணீருக்கு வெளியே இருந்தது; அதன் முதுகு தண்ணீருக்கு வெளியே வந்துகொண்டிருந்தது. முதியவன், மீனின் தோலும் சதையும் கிழிக்கப்படும் ஓசையைக் கேட்டான். அதே நேரத்தில், சுறாவின் தலையில் அதன் முதுகிலிருந்து பின்னால் வரும் நேர் கோடும் அதன் கண்களிடையேயான நேர் கோடும் சந்தித்த புள்ளியில் அவன் குத்தீட்டியால் குத்தி இறக்கினான். அங்கே அதுபோல் கோடுகளே கிடையாது. அதன் கனமான, கூரான, நீல நிறத் தலையும், பெரிய கண்களும், க்ளிக் என்ற சத்தத்துடன் கிடைத்ததையெல்லாம் குத்திக் குதறி விழுங்கும் தாடைகளும் மட்டுமே இருந்தன. ஆனால், சுறாவின் மூளை இருக்கும் இடம் அதுதான்; அங்கேதான் முதியவன் குத்தினான். அவனுடைய இரத்தம் தோய்ந்த கைகளால் முழு பலத்துடன் அந்த இடத்தில் அவனுடைய சிறந்த குத்தீட்டியால் குத்தினான். நம்பிக்கை இழந்த நிலையில், மிகுந்த தீர்மானத் துடனும், தீராத வெறுப்புடனும் குத்தினான்.

சுறா சுழன்று திரும்பிய போது, முதியவன் அதன் உயிரற்ற கண்களைக் கண்டான். அது மீண்டும் சுழன்று கயிற்றின் இரண்டு கண்ணிகளினால் தன்னை தானே சுற்றிக்கொண்டது. அது செத்து விட்டது என்பது முதியவனுக்குத் தெரியும்; ஆனால், சுறா அதை ஒப்புக்கொள்ள மறுத்தது. அது மல்லாக்கத் திரும்பி, வாலால் அடித்துக் கொண்டும், தாடைகளை நறநறவென்று கடித்துக்கொண்டும், இயந்திர விசைப்படகுபோல் வேகமாகத் தண்ணீரைக் கிழித்துக்கொண்டும் சென்றது. வாலால் அடித்த இடத்தில் தண்ணீர் வெள்ளை நிறமாக இருந்தது. அதன் உடம்பின் முக்கால் பகுதி தண்ணீருக்கு வெளியே இருந்த போது கயிறு விறைப்படைந்து அதிர்ந்து, ஆடி, அதன்பின் அறுந்தது. தண்ணீரின் மேற்பரப்பில் சுறா கொஞ்ச நேரம் அமைதியாகக் கிடந்தபோது முதியவன் அதைக் கண்காணித்தான். பின்னர், சுறா மெதுவாகத் தண்ணீருக்கு அடியில் சென்றது.

"கிட்டத்தட்ட நாற்பது பவுண்ட் எடையுள்ள மீனை அது எடுத் துள்ளது" என்று முதியவன் சத்தமாகச் சொன்னான். அது என்னுடைய குத்தீட்டியையும், முழுக் கயிற்றையும் எடுத்துக்கொண்டது எனவும், இப்போது என்னுடைய மீன் மீண்டும் உதிரத்தைக் கொட்டுகிறது; அதனால் மற்ற சுறாக்களும் வரும் எனவும் நினைத்தான்.

மீன் சிதைக்கப்பட்டிருந்ததால் அந்த மீனை அவன் மேற்கொண்டு பார்க்க விரும்பவில்லை. மீனைச் சுறா தாக்கியபோது, அவனே தாக்கப்பட்டதுபோல் உணர்ந்தான்.

என் மீனைத் தாக்கிய சுறாவை நான் கொன்றுவிட்டேன் என்று அவன் நினைத்தான். ஆனால், நான் இதுவரைப் பார்த்தவற்றில் இந்தச் சுறாதான் மிகப் பெரிய பற்களைக் கொண்டதாய் இருந்தது. நான் பெரிய பற்களைப் பார்த்திருக்கிறேன் என்பது இறைவனுக்குத் தெரியும்.

அந்த மீனைப் பிடித்ததால் உண்டான என்னுடைய மகிழ்ச்சி நீண்ட நாள் நீடிக்க முடியாத அளவு மிகவும் நல்லதாய் இருந்தது என்று எண்ணினான். நடந்தவை யாவும் கனவாக இருந்திருக்கலாமே, நான் அந்த மீனைப் பிடிக்காமல் இருந்திருக்கலாமே, செய்தித் தாள்கள் பரப்பிய படுக்கையில் நான் தனியாக இருந்திருக்கலாமே என்று இப்போது ஆசைப்படுகிறேன்.

"ஆனால், மனிதன் தோற்பதற்காகப் படைக்கப்பட்டவன் அல்ல" என்று அவன் சொன்னான். "ஒரு மனிதனை அழிக்க முடியுமே தவிர அவனைத் தோற்கடிக்க முடியாது." ஆனாலும், நான் அந்த மீனைக் கொன்றதற்காக வருத்தப்படுகிறேன். இப்போது கெட்ட நேரம் வந்துகொண்டிருக்கிறது. என்னிடம் குத்தீட்டிகூட இல்லை. அந்தப் பெரும்பல் சுறா கொடூரமானது, திறமையானது, வலிமையானது, மேலும் புத்திசாலித்தனமானது. ஆனால், நான் அதைவிடப் புத்தி சாலித்தனமானவன். ஒருவேளை, அப்படி இருக்காதோ என்று நினைத்தான். மாறாக, அந்தச் சுறாவைவிட நான் அதிக ஆயுதங்கள் உடையவனாக மட்டுமே இருந்திருக்கிறேன்.

"முதியவனே, அதைப் பற்றி சிந்திக்காதே" என்றான் அவன் சத்தமாக. "நீ உன் பாதையில் போய்க்கொண்டேயிரு. எது வந்தாலும் அது வரும்போது அதை எதிர்கொள்ளலாம்."

ஆனால், நான் சிந்தித்தே ஆக வேண்டும் என்று அவன் நினைத்தான். ஏனென்றால், அது ஒன்று மட்டும்தான் என்னிடம்

மீதமிருக்கிறது. அதுவும் பேஸ்பாலும். நான் சுறாவின் மூளையில் குத்திய விதம் தலைசிறந்த டிமாகியோவிற்குப் பிடித்திருக்குமா என்று தெரியவில்லை என்று நினைத்தான். அது ஒன்றும் பெரிய சாதனை இல்லை. யார் வேண்டுமானாலும் அதைச் செய்திருக்கலாம். ஆனால், கால் ஆணிகளைப் போல என்னுடைய கைகளும் முட்டுக்கட்டை களாக இருந்தனவா? அது என்னால் அறிய முடியாத ஒன்று. ஒரு முறை, திருக்கை மீன் நீந்தும்போது அதை நான் மிதித்ததால் அது என்னைக் கொட்டியது. அதனால் காலின் கீழ்ப்பகுதி செயலிழந்து, தாங்க முடியாத வலி ஏற்பட்டது. அதைத் தவிர்த்து, என்னுடைய குதிகாலில் எந்தப் பிரச்சினையும் ஏற்பட்டதில்லை.

"முதியவனே, உற்சாகம் தரக்கூடிய ஏதாவது ஒன்றைப் பற்றி நினைத்துப்பார்" என்றான் அவன். "ஒவ்வொரு நிமிடமும் நீ வீட்டை நெருங்கிக்கொண்டே இருக்கிறாய். நாற்பது பவுண்டு குறைந்த எடையுடன் நீ பயணம் செய்கிறாய்."

நீரோட்டத்தின் உள்பகுதியை அவன் அடையும் போது அதன் விளைவுகள் எப்படி இருக்கக்கூடும் என்பது அவனுக்கு நன்றாகத் தெரியும். ஆனால், இப்போது ஒன்றும் செய்வதற்கில்லை.

"இருக்கிறது. செய்வதற்கு வேலை இருக்கிறது" என்று அவன் சத்தமாகச் சொன்னான். "என்னுடைய கத்தியைத் துடுப்புகளில் ஒன்றின் முனையில் கட்டலாம்."

கையிலிருந்த சுக்கானைத் திருப்பும் கட்டை அவனுடைய புஜத்துக்கு அடியிலும், பாய்மரப் பாயின் கயிற்றை அவனது காலுக்கு அடியிலும் வைத்தபடி அவன் கத்தியை ஒரு துடுப்பில் கட்டினான்.

"இப்போது" என்றான் அவன். "நான் இப்பவும் வயதானவன்தான். ஆனால், நான் ஆயுதமற்றவன் இல்லை."

அச்சமயம் வீசிய தென்றல் புத்துணர்ச்சி தருவதாக இருந்தது. அவன் சீராகப் பயணத்தைத் தொடர்ந்தான். மீனின் முன்பகுதியை மட்டுமே அவன் பார்த்தான். இழந்த நம்பிக்கை கொஞ்சம் மீண்டது.

நம்பிக்கை கொள்ளாமல் இருப்பது முட்டாள்தனம் என்று நினைத் தான். அதுவுமில்லாமல், அது ஒரு பாவச் செயல் என்று நான் நம்புகிறேன். பாவத்தைப் பற்றி நினைக்காதே என்று எண்ணினான். பாவம் இல்லாமலேயே ஏகப்பட்ட பிரச்சினைகள் இருக்கின்றன. மேலும், பாவத்தைப் பற்றி எனக்கு ஒரு புரிதலும் இல்லை.

பாவம் என்பது பற்றி எனக்கு ஒரு புரிதலும் இல்லை என்பதோடு, அதை நான் நம்புகிறேன் என்பதிலும் உறுதியில்லை. ஒருவேளை, மீனைக் கொன்றது பாவச் செயலாக இருக்கலாம். அந்த மீனை நான் எனக்கே எனக்கென்று வைத்துக்கொள்ளாவிட்டாலும், அதிகமான மக்களுக்கு அது உணவானாலும், அது பாவச் செயலாக இருக்கலாம். ஆனால், அப்படிப் பார்த்தால் எல்லாமே பாவச் செயல்தான். பாவத்தைப் பற்றி நினைக்காதே. அதைப் பற்றி நினைப்பதற்குக் காலம் கடந்துவிட்டது. மேலும் அதைப் பற்றி நினைப்பதற்குச் சம்பளம் வாங்குபவர்கள் இருக்கிறார்கள்; அவர்கள் அதைப் பற்றி நினைக்கட்டும். மீன் மீனாக இருப்பதற்குப் பிறந்ததுபோல், நீ மீனவனாக இருக்கப் பிறந்திருக்கிறாய். சிறந்த விளையாட்டு வீரர் டிமாகியோவின் அப்பாவைப் போல சான் பெட்ரோவும் ஒரு மீனவன் தான்.

ஆனால், அவன் சம்பந்தப்பட்ட அனைத்து நிகழ்வுகளைப் பற்றி நினைப்பது அவனுக்குப் பிடித்திருந்தது. அதற்கான காரணங்களில் ஒன்று, வாசிப்பதற்கு அவனிடம் எதுவும் இல்லை; மற்றது, அவனிடம் வானொலிப் பெட்டி இல்லை. அதனால் அவன் அதிக மாகச் சிந்தித்தான். பாவம் என்பது பற்றிச் சிந்தித்துக்கொண்டே இருந்தான். உயிர் வாழ்வதற்கும் உணவாக விற்பதற்கும் மட்டுமே நீ அந்த மீனைக் கொல்லவில்லை என்று நினைத்தான். நீ மீனவனாக இருப்பதால், உன்னுடைய பெருமைக்காக அதைக் கொன்றாய். அது உயிரோடு இருக்கும் போதும் அதன் மீது நீ பாசம் கொண்டிருந்தாய்; அது செத்த பின்பும் நீ பாசம் கொண்டிருந்தாய். அதன் மீது நீ பாசம் வைத்திருந்தால், அதைக் கொல்வது ஒரு பாவச் செயல் இல்லை. அல்லது அது இன்னும் அதிக பாவமானதோ?

“முதியவனே, நீ மிக அதிகமாகச் சிந்திக்கிறாய்” என்று அவன் சத்தமாகச் சொன்னான்.

அந்தப் பெரிய பல்லானைக் கொன்றதை நீ இரசித்தாய், என்று நினைத்தான். நீ மீனைச் சாப்பிட்டு உயிர் வாழ்வதுபோல், அந்தச் சுறாவும் உயிரோடு இருக்கும் மீன்களைச் சாப்பிட்டு உயிர் வாழ் கிறது. எப்போதும் பசியோடு இருக்கும் சுறாக்களைப் போலவோ, கண்டதைச் சாப்பிடும் மற்ற சுறாக்களைப் போலவோ அது இல்லை. அந்தச் சுறா அழகானது; உன்னதமானது; எதைக் கண்டும் அஞ்சாதது.

“என்னுடைய தற்காப்பிற்காக நான் அதைக் கொன்றேன்” என்று அவன் சத்தமாகச் சொன்னான். “மேலும், அதை மிகச் சீராகக் கொன்றேன்.”

அதுவுமில்லாமல், ஏதோ ஒரு வகையில் எல்லா உயிரினங்களுமே மற்ற உயிரினங்களைக் கொல்கின்றன என்று எண்ணினான். மீன் பிடிப்பது என்னை எப்படிக் கொல்கிறதோ அதேபோல் அது என்னை உயிரோடும் வைத்திருக்கிறது. சிறுவன் என்னை உயிரோடு வாழ வைக்கிறான் என்று நினைத்தான். என்னையே நான் மிகவும் அதிக மாக ஏமாற்றக் கூடாது.

அவன் ஒரு பக்கமாகச் சாய்ந்து, அந்த மீனைச் சுறா கடித்த இடத்திலிருந்து தளர்ந்து தொங்கிய ஒரு துண்டுச் சதையைக் கிள்ளி எடுத்துச் சுவைத்தான். அது தரமுள்ளதாகவும் ருசி மிகுந்ததாகவும் இருந்தது. இறைச்சியைப் போல உறுதியாகவும் சாறு நிறைந்தும் இருந்தது; ஆனால், சிவப்பாக இல்லை. அதில் எந்தக் குறையும் இல்லை. அதற்குச் சந்தையில் மிகக் கூடுதலான விலை கிடைக்கும் என்பதை அவன் அறிவான். அதன் வாடையைத் தண்ணீரிலிருந்து நீக்குவதற்கு வழியே இல்லை. மிகவும் மோசமான நேரம் வந்து கொண்டிருப்பதை முதியவன் அறிவான்.

காற்று ஒரே சீராக அடித்தது. அது வடகிழக்கு திசையில் சற்று பின்னோக்கிச் சென்றது. அதனால் காற்று இப்போதைக்கு நிற்காது என்று அவனுக்குத் தெரியும். முதியவன் அவனுக்கு முன்பக்கமாகத் தொலைதூரத்தில் பார்த்தான். அங்கே படகின் பாய்மரத் துணியோ, கப்பலின் வெளிக் கட்டமைப்போ அல்லது அதன் புகையோ எதுவும் அவன் கண்களில் தட்டுப்படவில்லை. பறவைமீன்கள் மட்டும் படகின் முன்பக்கமாக உயரே துள்ளி படகின் இரண்டு பக்கங் களிலும் விழுந்ததையும், மஞ்சள் நிற வளைகுடா பூண்டு வகைச் செடிளின் கூட்டங்களையும் பார்த்தான். ஒரு பறவையைக் கூடப் பார்க்க முடியவில்லை.

அவன் இரண்டு மணி நேரம் பயணம் செய்திருந்தான். அப்போது அவன் படகின் பின்புறத்தில் ஓய்வு எடுத்தான். சில சமயங்களில் ஈட்டி மீனின் சதைத் துண்டை சவைத்துச் சாப்பிட்டான். இவ்வாறு செயல்பட்டு, ஓய்வு எடுக்கவும், அவனை வலிமையாக்கிக் கொள்ளவும் முயற்சி செய்தான். அந்த நேரத்தில், அங்கே வந்துகொண்டிருந்த இரண்டு சுறாக்களில் முதல் சுறாவைப் பார்த்தான்.

“அய்” என்றான் சத்தமாக. மொழிபெயர்க்க முடியாத இந்தச் சொல்லுக்குப் பொருள் ஏதும் இல்லை. ஆனாலும் ஒருவேளை, ஒரு மனிதன் கைகளின் வழியாகக் கட்டைக்குள் ஆணி இறங்குவதை உணரும் போது, அவன் தன்னையறியாமல் எழுப்பும் சத்தத்தைப் போல் அந்தச் சத்தம் இருந்திருக்கலாம்.

வந்துகொண்டிருப்பவை 'கலானோ' என்ற ஒரு வகை சுறாக்கள் என்பதை உணர்ந்த முதியவன், "கலானோக்கள்" என்று சத்தமாகக் கூவினான். முதலாவதைத் தொடர்ந்து, இரண்டாவது சுறா மீனின் துடுப்பு வருவதை அவன் பார்த்துவிட்டான். அதன் பழுப்பு நிறமான முக்கோண வடிவத்தில் இருந்த துடுப்பையும் அதன் வால் வீச்சின் அசைவுகளையும் பார்த்த அவன், இது சப்பை மூக்கு சுறா என்று அடையாளம் கண்டான். இரத்த வாடையை மோப்பம் பிடித்து அவை உணர்ச்சிவசப்பட்டன. அவற்றின் முட்டாள்தனமான பெரும் பசியினால் வாடையைத் தவறவிட்டன; மீண்டும் வாடை பிடித்து, மீண்டும் உணர்ச்சிவசப்பட்டன. ஆனால், அவை தொடர்ந்து படகை நெருங்கிக்கொண்டேயிருந்தன.

முதியவன் பாய்மரத் துணியின் அடிக்கயிற்றை இறுக்கினான். சுக்கான் திருப்பும் கட்டையை அதே நிலையில் நிறுத்தினான். அதன் பின், கத்தி கட்டப்பட்டிருந்த துடுப்பைக் கையில் எடுத்தான். வலியெடுத்த அவன் கைகள் அவற்றின் எதிர்ப்புகளைத் தெரிவித்ததால், எவ்வளவு மெதுவாகத் தூக்க முடியுமோ அவ்வளவு மெதுவாகத் துடுப்பைத் தூக்கினான். கைகளை மெல்ல விரித்தும் மடக்கியும் அவற்றைத் தளர்ச்சி அடையச் செய்தான். அவை இப்போது வலி தாங்கும் நிலையை அடைந்ததால் கை நடுக்கம் இல்லாமல் துடுப்பை இறுக்கிப் பிடித்தான். சுறாக்கள் பக்கத்தில் வருவதைக் கண்காணித்தான். அவற்றின் அகலமான, சப்பையான, அகல அலகு களுடைய தலைகளையும், வெள்ளை நிற நுனிகளுடைய அகலமான நெஞ்சு ஓரத் துடுப்புகளையும் அவனால் காண முடிந்தது. அவை வெறுக்கத்தக்கவை, மோசமானவை, நாற்றமுடையவை; எதையும் தின்னும் கொலையாளிகள். பசியெடுத்தால் படகின் துடுப்புகளையும் சுக்கானையும் கடிக்கும். இந்த வகையான சுறாக்கள்தான் நீர்ப்பரப்பில் தூங்கும் ஆமைகளின் கால்களையும் துடுப்புகளையும் வெட்டித் துண்டுகளாக்கும். பசியெடுத்தால் அவை தண்ணீரில் இருக்கும்போது மனிதனைத் தாக்கும். அவன் மீது மீன் வாடை இல்லை என்றாலும், அவன் மீது மீனின் கோழை ஒட்டாத நிலையிலும், அவை அவனைத் தாக்கும்.

"அய்" என்றான் முதியவன். "வாருங்கள் கலானோக்களே, வாருங்கள்."

அவை வந்தன. ஆனால், மாக்கோ சுறா வந்ததுபோல் வரவில்லை. இவற்றில் ஒன்று, படகுக்கு அடியில் சென்று அவன் பார்வையிலிருந்து

மறைந்து, மீனைக் கடித்து வெட்டி இழுத்தது. அதனால் படகு குலுங்குவதை முதியவன் உணர்ந்தான். மற்றொன்று, அதன் நீண்ட குறுக்கிய மஞ்சள் நிறக் கண்களால் முதியவனை நோட்டமிட்டது. அதன் தாடையை அரை வட்டமாகத் திறந்தபடி வேகமாக வந்து ஏற்கனவே மீன் கடிபட்டிருந்த இடத்தில் அதைக் கடித்தது. அந்தச் சுறாவின் பழுப்பு நிறத் தலையின் உச்சியிலிருந்த பின் பக்கக் கோடு, அதன் மூளை முதுகெலும்போடு சேர்ந்த இடம் அவனுக்குத் தெளிவாகத் தெரிந்தது. துடுப்போடு சேர்த்துக் கட்டப்பட்ட கத்தியை முதியவன் சரியாக அந்த இடத்தில் குத்தி இறக்கினான். அதன் பின் கத்தியை வெளியே எடுத்து மீண்டும் பூனைக் கண்கள்போலிருந்த சுறாவின் மஞ்சள் நிறக் கண்களில் குத்தி இறக்கினான். சுறா, மீனைக் கடிப்பதை நிறுத்தியது; அதன் வாயிலிருந்த மீன் துண்டை விழுங்கியபடி சரிந்து தண்ணீருக்குள் மூழ்கிச் செத்துப் போனது

மற்றொரு சுறா, மீனைக் கடித்து நாசம் செய்துகொண்டிருந்ததால் படகு குலுங்கிக்கொண்டிருந்தது. முதியவன் பாய்மரத் துணியின் கயிற்றை விடுவித்தான்; படகு அதன் அகலவாட்டில் ஆடியது; படகின் அடியிலிருந்த சுறா வெளிப்பட்டது. அதை பார்த்ததும், முதியவன் ஒரு பக்கமாகச் சாய்ந்து அதைக் குத்தினான். ஆனால், அவனால் அதன் சதைப் பகுதியைத்தான் தாக்க முடிந்தது. சுறாவின் தோல் மிகவும் கெட்டியாக இருந்ததால் கத்தி கொஞ்சம்கூட உள்ளே இறங்கவில்லை. அதனால் அவன் கைகளும் தோள்களும் வலித்தன. சுறா அதன் தலையை வெளியே நீட்டியபடி வேகமாக வந்தது. அதன் மூக்கு தண்ணீருக்கு மேலே வந்து மீனுக்கு நேராகக் கிடந்தபோது, முதியவன் அதன் சப்பையான தலையின் மையப் பகுதியில் பலமாகக் குத்தினான். கத்தியை வெளியே எடுத்து, குறி தவறாமல் அதே இடத்தில் மீண்டும் குத்தினான். சுறா, மீனைக் கவ்விப் பிடித்தபடி அதன் தாடைகளை இறுக்கமாக மூடியபடியே கிடந்தது. இப்போது முதியவன் அதன் இடது கண்ணில் குத்தினான். சுறா இன்னமும் அப்படியே கிடந்தது.

முதியவன், “கூடாது” என்று கூறியபடி சுறாவின் முதுகு எலும்பு களுக்கும் மூளைக்கும் இடையே கத்தியால் குத்தினான். இது எளிதானதாக இருந்தது. சுறாவின் குருத்து எலும்புகள் துண்டிக்கப் பட்டதை உணர்ந்தான். முதியவன் துடுப்பைப் பின்னால் திருப்பிச் சுறாவின் தடைகளுக்கு இடையே குத்தி அவற்றைத் திறக்க முயன்றான். கத்தியைத் திருகினான்; சுறா தளர்ந்து கீழே சரிந்தது. “போய்க்கொண்டேயிரு, கலானோ. ஒரு மைல் ஆழத்துக்குத்

தண்ணீரில் மூழ்கி உன் நண்பனைப் போய்ப் பார், அல்லது அது உன்னுடைய அம்மாவாக இருக்கலாம்" என்றான் முதியவன்.

முதியவன் கத்தியைத் துடைத்து, துடுப்பைக் கீழே கிடத்தினான். அதன் பின்னர், பாய்மரத் துணியை சரிசெய்து, படகை அதன் பாதையில் மேலே செலுத்தினான்.

"மீனின் கால் பகுதியையாவது, அதிலும், மிகச் சிறந்த சதைப் பகுதியை, அவை எடுத்திருக்கும்" என்று அவன் மிகச் சத்தமாகச் சொன்னான். "இது ஒரு கனவாக இருந்திருக்கலாம் என்று நான் ஆசைப்படுகிறேன். நான் அந்த மீனைப் பிடித்திருக்கவே கூடாது. மீனே, அதற்காக நான் வருந்துகிறேன். அது எல்லாவற்றையும் தப்பாக்கிவிட்டது." அவன் பேச்சை நிறுத்தினான். இப்போது அவன் அந்த மீனைப் பார்க்க விரும்பவில்லை. இரத்தத்தை இழந்து தண்ணீரில் மிதந்துகொண்டிருந்த மீனின் கண்ணாடியின் பின்புற வெள்ளி நிறத்திலிருந்த செதில்களைப் பார்த்தான். இன்னமும் அதன் வரிப் பட்டைகள் தெரிந்தன.

"மீனே, நான் அவ்வளவு தூரம் கடலுக்குள் சென்றிருக்கக் கூடாது" என்று நினைத்தான். "நான் உன்னுடைய நன்மையைக் கருதியும் என்னுடைய நன்மையைக் கருதியும் சொல்கிறேன். மீனே, நான் வருந்துகிறேன்."

இப்போது, என்று அவன் தனக்குத் தானே சொல்லிக்கொண்டான். கத்தியின் மீது போடப்பட்டிருந்த கட்டுகளைப் பார். அவை துண்டிக்கப்பட்டிருக்கின்றன. உனது கையையும் சரிசெய்துகொள். இன்னும் கொஞ்சம் சுறாக்கள் வரவிருக்கின்றன.

"கத்திக்குப் பதிலாக ஒரு கல்லைக் கொண்டு வந்திருக்கலாம்" என்று துடுப்பின் முனையில் கட்டப்பட்டிருந்த கத்தியைச் சோதித்த பின் அவன் சொன்னான். "நான் ஒரு கல்லைக் கொண்டு வந்திருக்க வேண்டும்." நீ நிறைய பொருட்களைக் கொண்டு வந்திருக்க வேண்டும், என்று எண்ணினான். ஆனால், முதியவனே, நீ அவற்றைக் கொண்டுவரவில்லை என்பதுதான் தெரியுமே. உன்னிடம் என்ன வெல்லாம் இல்லை என்று நினைப்பதற்கு இதுவல்ல நேரம். உன்னிடம் இருப்பவற்றை வைத்து என்னவெல்லம் செய்ய முடியும் என்று சிந்தித்துப்பார்.

"நீ எனக்கு நிறைய புத்திமதிகள் சொல்கிறாய்" என்று அவன் சத்த மாகச் சொன்னான். "என்னை அவை சலிப்படையச் செய்கின்றன."

சுக்கான் திருப்பும் கட்டையைக் கைக்கு அடியில் வைத்துக் கொண்டு, அவன் இரண்டு கைகளையும் தண்ணீருக்குள் வைத் திருந்தான். படகு முன்னோக்கிச் சென்றது.

"கடைசியாக வந்த சுறா எவ்வளவு சதையை எடுத்தது என்பது இறைவனுக்குத்தான் தெரியும்" என்றான் அவன். "இப்போது படகின் எடை மிகவும் குறைவாக இருக்கிறது." மீனின் சிதைக்கப்பட்டுள்ள அடிப்பகுதியைப் பற்றி அவன் நினைக்க விரும்பவில்லை. படகைக் குலுக்கிய சுறாவின் ஒவ்வொரு தாக்குதலின் போதும் மீனின் சதை பிய்த்தெடுக்கப்பட்டது என்பதை அவன் அறிவான். மற்ற எல்லா சுறாக்களுக்காகவும் கடல்வழியாகச் செல்லும் அகலமான நெடுஞ் சாலைபோல் மீன் இப்போது தடம் பதித்துச் செல்கிறது.

ஒரு மனிதனுக்குக் குளிர் காலம் முழுவதும் அந்த மீன் போது மானது என்று அவன் நினைத்தான். அதைப் பற்றி இப்போது நினைக்காதே. இப்போது ஓய்வு எடு. மீதம் இருக்கும் மீனைப் பாதுகாக்கும் அளவுக்கு உன்னுடைய கைகளைச் சரிசெய்துகொள். கடலில் பரவியிருக்கும் இரத்த வாடையை ஒப்பிடும்போது, என் கைகளில் இருக்கும் இரத்த வாடை ஒரு பொருட்டே இல்லை. அதுமட்டுமல்லாமல், என் கைகளிலிருந்து இப்போது இரத்தம் வரவில்லை. பெரிதாகச் சொல்லும் அளவு என் கையில் வெட்டுக் காயமும் இல்லை. இரத்தம் வருவது எனது இடது கை மரத்துப் போகாமல் இருக்க உதவும்.

இப்போது நான் எதைப் பற்றி யோசிப்பது? என்று யோசித்தான். ஒன்றுமில்லை. எதைப் பற்றியும் நினைக்காமல் அடுத்து வரும் சுறாக்களுக்காகக் காத்திருக்க வேண்டும். எல்லாமே ஒரு கனவாய் இருக்கக் கூடாதா என்று அவன் நினைத்தான். ஆனால், யாருக்குத் தெரியும், எல்லாமே நல்லபடியாக முடிந்திருக்கலாம்.

அடுத்து, தனியாக ஒரு சப்பை மூக்குச் சுறா வந்தது; அதன் வாய் மிகவும் அகலமாக இருந்தது; ஒரு மனிதனுடைய தலை உள்ளே போகும் அளவு வாய் அகலமாக உள்ள ஒரு பன்றி இருக்குமானால், அந்தப் பன்றியின் வாயைப் போல் அகலமாக இருந்தது. அந்தப் பன்றி வாயைத் திறந்துகொண்டு உணவுத் தொட்டிக்கு ஓடுவதைப் போல இந்தச் சுறா வாயை திறந்தபடி மீனைத் தேடிவந்தது. மீனைக் கடிக்கும்வரை அந்தச் சுறாவை அனுமதித்த முதியவன், அதன்பின் துடுப்பில் கட்டப்பட்டிருந்த கத்தியை சுறாவின் மூளைக்குள் இறக்கி னான். ஆனால், சுறா வெடுக்கென பின்பக்கமாகத் துள்ளி உருண்ட போது கத்தியின் கூரான பகுதி உடைந்தது.

முதியவன் படகைச் செலுத்துவதில் ஈடுபட்டான். அந்தச் சுறா மெதுவாகத் தண்ணீரில் மூழ்கிக்கொண்டிருந்து. அதைக்கூட அவன் கவனிக்கவில்லை. அது மூழ்கிக்கொண்டிருந்த போது, தொடக்கத்தில் அதன் முழு உருவத்தையும், அப்புறம் சின்னதாக மாறிய உருவத்தையும், அதற்கு அப்புறம் மிகக் குட்டியாக மாறிய உருவத்தையும் வெளிப்படுத்தியது. அந்த மாதிரியான காட்சிகள் அவனை எப்போதும் குதூகலிக்கச் செய்யும். ஆனால், இப்போது அதை அவன் பார்க்கவே இல்லை.

"இப்போது என்னிடம் மீன் கொக்கி இருக்கிறது" என்று அவன் சொன்னான். "ஆனால், அதனால் எந்தப் பயனும் இல்லை. இரண்டு துடுப்புகளும், ஒரு சுக்கான் திருப்பும் கட்டையும், ஒரு குட்டையான உருட்டுக் கட்டையும் இருக்கின்றன."

அவை என்னைத் தோற்கடித்துவிட்டன என்று எண்ணினான். சுறாக்களை உருட்டுக் கட்டையால் அடித்துக் கொல்ல முடியாத அளவுக்கு எனக்கு வயதாகிவிட்டது. என்றாலும், என்னிடம் துடுப்புகளும், குட்டையான உருட்டுக் கட்டையும், சுக்கானைத் திருப்பும் கட்டையும் இருக்கும்வரை அவற்றை அடித்துக்கொல்ல முயற்சி செய்வேன்.

கைகளைப் பதப்படுத்த அவற்றைத் தண்ணீருக்குள் நுழைத்தான். பின்மாலைப் பொழுதாகிவிட்ட அந்த நேரத்தில், அவன் கண்ட தெல்லாம் கடலும் வானமும் மட்டும்தான். முன்பிருந்ததைவிட இப்போது வானத்தில் காற்றின் வேகம் கூடியிருந்தது. கூடிய சீக்கிரம் நிலப்பரப்பைக் காணலாம் என அவன் நம்பிக்கை கொண்டான்.

"முதியவனே, களைப்பு அடைந்திருக்கிறாய்" என்றான் அவன். "நீ மனதால் களைப்பு அடைந்திருக்கிறாய்."

சூரியன் மறைவதற்கு சற்று முன்னால்வரை சுறாக்கள் மீண்டும் தாக்கவில்லை.

படகோடு இணைக்கப்பட்ட மீன், தண்ணீரில் ஏற்படுத்திச் சென்ற அகலமான தடத்தில் பழுப்பு நிற மீன் துடுப்புகள் வருவதை முதியவன் பார்த்தான். அவை இரத்த வாடையை எங்கும் தேடி அலைந்து, அதை உணர்ந்து வரவில்லை. அவை அருகருகே நீந்திய வாறு நேராகப் படகை நோக்கி வந்தன.

முதியவன் சுக்கான் கட்டையை அப்படியே நிலை நிறுத்தி, பாய் மரத் துணியின் கயிற்றை இறுக்கிக் கட்டினான். உருட்டுக் கட்டையை

எடுக்க படகின் பின்பகுதிக்குச் சென்றான். உடைந்த துடுப்பிலிருந்து அறுத்து எடுக்கப்பட்ட இரண்டரை அடி நீளமுள்ள கட்டை அது. அவனால் ஒரு கையால் மட்டுமே திறம்பட பயன்படுத்தும் வகையில் அதன் கைப்பிடி இருந்தது. சுறாக்கள் வருவதைப் பார்த்தபடியே, அவனது வலது கையை வளைத்து மடக்கி கட்டையை இறுக்கமாகப் பிடித்துக் கையில் எடுத்தான். வந்தவை இரண்டும் கலானோ வகைச் சுறாக்கள்.

முதலில் வரும் சுறாவை மீனை நன்றாகக் கடிக்கும்வரை அனுமதித்து, அதன்பின் அதன் மூக்கின் நுனியில் அல்லது அதன் உச்சந்தலையில் நேர் குறுக்கே அடிக்க வேண்டும் என்று நினைத்தான்.

இரண்டு சுறாக்களும் ஒன்றுசேர்ந்து படகை நெருங்கின. அவனுக்கு அருகில் வந்த சுறா அதன் தாடைகளைத் திறந்து மீனின் வெள்ளி நிறத்திலிருந்த சதையைக் கடித்துப் பற்களை இறக்கியது. அவன் உருட்டுக் கட்டையை உயர்த்தி சுறாவின் அகலமான தலையின் உச்சியில் அதிகப் பலத்துடன் வேகமாகத் தாக்கினான். உருட்டுக் கட்டை அதன் தலையில் இறங்கியபோது அது இரப்பர் போன்று நெகிழ்வாகவும், ஆனால், திடமாகவும் இருந்ததை உணர்ந்தான். அதோடு, அங்கிருந்த அதன் எலும்பின் கடினத்தன்மையையும் உணர்ந்தான். அவன் மீண்டும் சுறாவின் மூக்கு நுனியின் குறுக்கே பலமாகத் தாக்கினான். மீனைக் கடித்துகொண்டிருந்த சுறா அங்கிருந்து சரிந்து கீழே இறங்கியது.

அங்கும் இங்கும் சென்ற மற்றொரு சுறா இப்போது தாடைகளை அகலமாகத் திறந்தபடி மீன் அருகில் வந்தது. அது மீனைக் கடித்து அதன் தாடைகளை மூடியபோது, அதன் தாடைகளின் ஓரத்தில் வெள்ளை நிறமாயிருந்த மீன் துண்டுகள் வெளியே தெறித்ததை முதியவனால் பார்க்க முடிந்தது. அவன் கட்டையைச் சுழற்றி அதன் தலையை மட்டுமே தாக்கினான். சுறா அவனைப் பார்த்தது; மீனின் சதையைக் கடித்துத் தனியாக இழுத்தது. முதியவன் மீண்டும் தடியைச் சுழற்றி அதை அடித்தான். வாயில் இருந்த மீனின் சதையை விழுங்குவதற்காக சுறா சற்று தூரமாக நகர்ந்ததால், முதியவனால் சுறாவின் கனமான, விறைப்பான இரப்பர் போன்ற பகுதியில்தான் அடிக்க முடிந்தது.

"கலானோ சுறாவே, வா" என்ற அவன், "மீண்டும் உள்ளே வா" என்று அழைத்தான்.

தடாகம் 109

சுறா வேகமாகப் பாய்ந்து உள்ளே வந்தது. அது மீனைக் கடித்து, அதன் தாடைகளை மூடியபோது, முதியவன் சுறாவைத் தாக்கினான். உருட்டுக் கட்டையை எவ்வளவு உயரமாக உயர்த்த முடியுமோ அவ்வளவு உயரமாக உயர்த்திக் கடுமையாகத் தாக்கினான். இந்த முறை சுறாவின் மூளையின் அடியிலிருந்த எலும்பின் மேல் அடி விழுந்ததை உணர்ந்தான். சுறா மிக மந்தமாக மீனின் சதையைக் கிழித்து எடுத்தபோது, அவன் மீண்டும் அதே இடத்தில் தாக்கினான். சுறா, மீனிலிருந்து சரிந்து கீழே போயிற்று.

மீண்டும் அந்தச் சுறா வருமா என்று முதியவன் கண்காணித்தான். ஆனால், இரண்டு சுறாக்களுமே வரவில்லை. அதன்பின், ஒரு சுறா தண்ணீரின் மேற்பரப்பில் வட்டமடித்து நீந்துவதைப் பார்த்தான். மற்றொரு சுறாவின் துடுப்பை அவன் பார்க்கவில்லை.

நான் அவற்றைக் கொன்றிருப்பேன் என்று எதிர்பார்க்க முடியாது என்று எண்ணினான். என்னுடைய இளமைக் காலத்தில் அவற்றைக் கொன்றிருப்பேன். ஆனால், அவை இரண்டையும் நான் மோசமாகக் காயப்படுத்தினேன். ஆகையால், அவை நல்ல நிலையில் இருக்க முடியாது என்று எண்ணினான். நான் இரண்டு கைகளாலும் ஒரு மட்டையைப் பயன்படுத்தியிருந்தால், முதல் சுறாவை நான் நிச்சய மாகக் கொன்றிருக்க முடியும். இப்போதுகூடக் கொல்ல முடியும் என்று நினைத்தான்.

அவன் அந்த மீனைப் பார்க்க விரும்பவில்லை. அதன் பாதிப் பகுதி அழிக்கப்பட்டிருக்கும் என்பது அவனுக்குத் தெரியும். அந்த இரண்டு சுறாக்களுடனும் அவன் சண்டை போட்டுக்கொண்டிருந்தபோது, சூரியன் மறைந்திருந்தது.

“கூடிய சீக்கிரம் இருட்டிவிடும்” என்றான் அவன். “அதன்பின் நான் ஹவானாவின் ஒளிவீச்சைப் பார்க்க முடியும். நான் கிழக்குப் பக்கத்தில் வெகு தூரத்தில் இருந்தால், புது கடற்கரைகளில் ஒன்றின் விளக்குகளைப் பார்ப்பேன்.

இப்போது நான் கடலில் அதிக தூரத்தில் இருக்க வாய்ப்பு இல்லை என்று அவன் எண்ணினான். என்னைப் பற்றி ஒருவரும் அதிகமாகக் கவலைப்பட்டிருக்க மாட்டார்கள் என்று நம்புகிறேன். இருந்தாலும், சிறுவன் கவலைப்பட்டிருப்பான். ஆனால், அவனுக்கு என்மீது நம்பிக்கை இருக்கிறது என்று நான் உறுதியாக நம்புகிறேன். வயதான மீனவர்களில் பலர் கவலைப்படுவார்கள். இன்னும் பலரும்

கூடக் கவலைப்படுவார்கள் என்று நினைத்தான். நான் ஒரு நல்ல நகரத்தில்தான் வசிக்கிறேன்.

மீன் மிகவும் மோசமாக அழிக்கப்பட்டுள்ளதால், இதற்கு அப்புறம் ஒருபோதும் அவன் மீனோடு பேச முடியாது. பின்னர், வேறொன்றும் அவனுக்குத் தோன்றியது.

"பாதி மீன்" என்றான் அவன். "முழு மீனாகத்தான் நீ இருந்தாய். நான் கடலுக்குள் மிகவும் அதிக தூரம் போனதற்காக வருத்தப்படு கிறேன். நான் நம் இருவரையும் அழித்துவிட்டேன். ஆனால், நாம் இருவரும் நிறைய சுறாக்களைக் கொன்றிருக்கிறோம், நீயும் நானும் சேர்ந்து; மற்றும், நிறைய சுறாக்களைச் சீரழித்திருக்கிறோம். வயதான மீனே, நீ எத்தனை சுறாக்களைக் கொன்றிருக்கிறாய்? உனது தலையில் உள்ள குத்தீட்டியை நீ காரணம் இல்லாமல் வைத்திருக்கவில்லை."

அவன் அந்த மீனைப் பற்றியும், அது சுதந்திரமாக நீந்திக் கொண்டிருந்தால் அது சுறாவை என்ன செய்திருக்க முடியும் என்று நினைப்பது அவனுக்குப் பிடித்திருந்தது. நான் மீனின் அலகுகளை வெட்டி எடுத்து அதைப் பயன்படுத்தி சுறாக்களோடு சண்டை போட்டிருக்க வேண்டும் என்று நினைத்தான். ஆனால், அவனிடம் அரிவாளும் இல்லை; கத்தியும் இல்லையே.

அது என்னிடம் இருந்திருந்தால், அதை நான் துடுப்பின் கட்டை யோடு சேர்த்துக் கட்டியிருக்கலாம், அது ஒரு அற்புதமான ஆயுதம். அதன் பின்னர், நாம் இருவரும் இணைந்து சுறாக்களோடு சண்டை போட்டிருக்கலாம். இரவில் அவை வந்தால் நீ என்ன செய்யப் போகிறாய்? உன்னால் என்ன செய்ய முடியும்?

"சண்டை போடுவேன்" என்றான் அவன். "நான் சாகும்வரை அவற்றோடு சண்டை போடுவேன்."

இப்போது இருள் சூழ்ந்திருந்தது. விளக்குகளின் ஒளியோ ஒளி வீச்சோ இல்லாத இரவில் காற்று மட்டும் வீசுகிறது; பாய்மரத் துணி சீராக இழுத்துச்செல்கிறது; இந்தச் சூழ்நிலையில், ஒருவேளை அவன் ஏற்கனவே இறந்துவிட்டதாக உணர்ந்தான். அவன் இரண்டு கைகளையும் சேர்த்து உள்ளங்கைகளைத் தொட்டுப் பார்த்தான். அவை இன்னும் சாகவில்லை. கைகளை விரித்து மடக்கியும், உயிரோடு இருப்பதை உணரச் செய்யும் வலியை உண்டாக்கினான். அவன் முதுகை படகின் பின்பக்கமாகச் சாய்த்தான்; அவன் இன்னும் சாகவில்லை என்பதை அறிந்தான். அதை, அவனுடைய தோள்கள் அவனிடம் கூறின.

மீன் எனக்குக் கிடைத்தால் பிரார்த்தனை செய்வதாக வாக்குறுதி அளித்திருக்கிறேன். மீன் கிடைத்துவிட்டது; ஆனால், நான் மிகவும் களைப்படைந்திருப்பதால் என்னால் இப்போது பிரார்த்தனைகளைச் சொல்ல முடியாது. நான் சாக்கை எடுத்து என் தோள்களைச் சுற்றிப் போட்டுக்கொள்வது நல்லது.

படகின் பின்பக்கம் சாய்ந்து கிடந்தபடி படகைச் செலுத்தி, வானத்தில் ஒளி வீச்சு தெரிகிறதா என்று சுற்றும் முற்றும் பார்த்தான். பாதி மீன் என்னிடம் இருக்கிறது என்று நினைத்தான். அந்தப் பாதியை என்னோடு எடுத்துச்செல்லும் அதிர்ஷ்டம் எனக்குக் கிடைக்கலாம். அந்த அதிர்ஷ்டம் எனக்குக் கிடைக்க வேண்டும். இல்லை, என்றான் அவன். நீ அதிக தூரம் கடலுக்குள் சென்றபோதே உன்னுடைய அதிர்ஷ்டத்தின் வரம்பை மீறிவிட்டாய்.

"முட்டாள்தனமாய்ப் பேசாதே" என்று அவன் சத்தமாகச் சொன்னான். "விழித்துக்கொண்டிரு, படகைச் செலுத்து. இன்னும் அதிகமாக அதிர்ஷ்டம் உனக்காகக் காத்திருக்கலாம்."

"அதிர்ஷ்டம் விற்கும் நிலையம் இருந்தால் கொஞ்சம் வாங்க ஆசைப்படுகிறேன்" என்றான் அவன்.

எதை வைத்து நான் அதை வாங்க முடியும்? அவன் தன்னையே கேட்டுக்கொண்டான். தொலைந்துபோன குத்தீட்டியையும், உடைந்து போன கத்தியையும், மோசமான கைகளையும் கொடுத்து அதை நான் வாங்க முடியுமா?

"உன்னால் வாங்க முடியும்" என்றான். "எண்பத்து நான்கு நாட்கள் கடலுக்குச் சென்று அதை நீ வாங்க முயற்சி செய்தாய். அவர்கள் கிட்டத்தட்ட உனக்கு விற்று விட்டார்கள்."

நான் முட்டாள்தனமாகச் சிந்திக்கக் கூடாது என்று எண்ணினான். அதிர்ஷ்டம் என்பது பல தோற்றங்களில் வரக்கூடிய ஒன்று. அதை அடையாளம் காண்பவர் யார்? அதிர்ஷ்டம் எந்த வடிவத்தில் இருந்தாலும், என்ன விலை கேட்கிறார்களோ அதைக் கொடுத்து நான் கொஞ்சம் வாங்குவேன். விளக்குகளின் ஒளி வீச்சைப் பார்க்க முடிந்தால் நன்றாயிருக்கும் என்று நினைத்தான். நான் மிகவும் அதிகமான பொருட்களுக்கு ஆசைப்படுகிறேன். ஆனால், நான் இப்போது ஆசைப்படுவது விளக்கின் ஒளி வீச்சைக் காண்பது மட்டுமே. படகைச் சீராகச் செலுத்த வசதியாக உட்கார்ந்தான். அவனுக்கு ஏற்பட்ட வலியால் அவன் இன்னும் சாகவில்லை என்பதைத் தெரிந்து கொண்டான்.

இரவு பத்து மணி அளவில் நகரத்தின் விளக்குகளின் ஒளியின் பிரதிபலிப்பைக் கண்டான். நிலா உதயத்துக்கு முன் வானத்தில் தெரியும் வெளிச்சத்தைப் போல்தான் முதலில் அவற்றை உணர்ந்தான். அதன் பின்னர் அவை, கூடிக்கொண்டிருந்த காற்றின் வேகத்தால் கொந்தளித்த கடலுக்கு அப்பால் தொடர்ந்து சீராகத் தெரிந்தன. ஒளி வீச்சுகளுக்கு எதிராகப் படகைச் செலுத்தினான். கூடிய சீக்கிரத்தில் நீரோட்டத்தின் முனையை அவன் தொட்டுவிடுவான் என்று இப் போது நினைத்தான்.

இப்போது எல்லாம் முடிந்துவிட்டது என்று நினைத்தான். அவை மீண்டும் என்னைத் தாக்கலாம். ஆனால், அவற்றுக்கு எதிராக இந்த இருட்டில் ஒரு மனிதன் ஒரு ஆயுதமும் இல்லாமல் என்ன செய்ய முடியும்?

அவன் உடம்பு விறைப்படைந்து வலித்தது. அவன் உடம்பில் இருந்த காயங்களும் கடுமையாக வேலை செய்த அவன் உறுப்பு களும், இரவின் குளிரால் வலித்தன. நான் மீண்டும் சண்டை போட வேண்டிய தேவை இருக்காது என்று நம்புகிறேன் என்று அவன் நினைத்தான். நான் மீண்டும் சண்டை போடவேண்டிய தேவையே இருக்காது என்று மிகவும் அதிகமாக நம்புகிறேன்.

ஆனால், நடு இரவில் அவன் சண்டை போட்டான்; இந்த முறை, அது வீணான, பயனில்லாத சண்டை என்று அவனுக்குத் தெரியும். அவை ஒரு கூட்டமாக வந்தன. அவற்றின் துடுப்புகள் தண்ணீரில் உண்டாக்கிய கோடுகளும், அவை மீன்மீது விழுந்து தாக்கும்போது ஏற்பட்ட மங்கலான ஒளியின் மினுமினுப்புகளையும் மட்டுமே அவனால் காண முடிந்தது. அவன் உருட்டுக் கட்டையால் அவற்றின் தலைகளில் அடித்தான். அவற்றின் தாடைகள் மீனின் சதையை கடித்து துண்டு போடும் சத்தத்தைக் கேட்டான்; படகின் அடிப்பகுதியில் அவை மீனைக் கடித்ததால் உண்டான படகின் நடுக்கத்தை உணர்ந்தான். எங்கெல்லாம் அவை இருக்கலாம் என உணர்ந்தானோ, எங்கிருந்தெல்லாம் சத்தம் வந்ததோ, அத்திசையில் எல்லாம் அவற்றின் மீது விரக்தியில் சகட்டு மேனிக்கு அடித்தான். ஏதோ ஒன்று அவனுடைய கட்டையைப் பிடித்ததை உணர்ந்தான். அதன்பின் அந்தக் கட்டை அவன் கையை விட்டுப் போயே போயிற்று.

சுக்கானிலிருந்து அதைத் திருப்பும் கட்டையை வெடுக்கென விடுவித்தான். அதை இரண்டு கைகளாலும் பிடித்துத் கீழே குனிந்து திரும்பத்திரும்ப அடித்தான். ஆனால், சுறாக்கள் எல்லாம் படகின்

முன்பகுதிக்கு வந்திருந்தன. ஒன்றன் பின் ஒன்றாகவும், சேர்ந்தும் மீன் மீது பாய்ந்து சதைத் துண்டுகளைப் பிய்த்துச் சென்றன. அவை மீண்டும் வருவதற்காகத் திரும்பும்போது கடலின் நீர்பரப்புக்குக் கீழே ஒளியின் மினிமினுப்பைக் கண்டான்.

கடைசியாக ஒரு சுறா, மீனின் தலைப் பகுதிக்கே வந்தது. இத்தோடு அனைத்தும் நிறைவடைகின்றன என்பது அவனுக்குத் தெரியும். மீனின் தலையில் பிய்த்து எடுக்க முடியாத கடினமான இடத்தில் கடித்துக்கொண்டிருந்த சுறாவின் தலையில் கட்டையைச் சுழற்றி அடித்தான். ஒன்றிரண்டு முறை மீண்டும் அடித்தான். கட்டை உடைந்த சத்தத்தைக் கேட்ட அவன், உடைந்த கட்டையின் முனையால் சுறாவின் தலையில் குத்தி இறக்கினான். கட்டை சுராவின் தலையில் இறங்குவதை உணர்ந்தான். அந்தக் கட்டை மிகவும் கூர்மையாக இருக்கும் என்று அவனுக்குத் தெரியும். அதனால், மீண்டும் குத்தினான். சுறா அதன் பிடியை விட்டது; உருண்டு அங்கிருந்து நகர்ந்தது. அங்கு வந்த சுறாக் கூட்டத்தின் கடைசி சுறா அது. அதற்கும்மேல் அவை சாப்பிடுவதற்கு அங்கு ஒன்றும் இல்லை.

முதியவன் இப்போது சுவாசிக்கத் திணறினான். அவன் வாயில் ஒரு வித்தியாசமானச் சுவையை உணர்ந்தான். அந்தச் சுவை, தாமிரத் தாது இனிப்புடன் சேர்ந்ததுபோல் இருந்தது; ஒரு நொடி பயந்தான். ஆனால், அதன்பின் அதன் தாக்கம் அதிகமாக இல்லை.

அவன் கடலில் துப்பினான். “கலானோ சுறாக்களே, அதைச் சாப்பிடுங்கள். அதன்பின், ஒரு மனிதனைக் கொன்றுவிட்டதாகக் கனவு காணுங்கள்” என்றான்.

இப்போது அவன் இறுதியாகத் தோற்கடிக்கப்பட்டான் என்பதையும், அதை நேர்செய்ய வழியில்லை என்பதையும் அவன் அறிவான். மீண்டும் அவன் படகின் பின்பகுதிக்குச் சென்று உடைந்து கரடுமுரடாயிருந்த கட்டையின் கடைசித் துண்டைக் கண்டெடுத்தான். சுக்கானைப் பிடித்து படகைச் செலுத்துவதற்கு அது சரியாகச் சுக்கானில் பொருந்தியது. சாக்கைத் தோளைச் சுற்றி போட்டபடி படகை அதன் பாதையில் செலுத்தினான்; படகை மெதுவாகச் செலுத்தினான். இப்போது, அவனுள் எந்த வித எண்ணங்களும், உணர்ச்சிகளும் அற்று வெறுமையுடன் இருந்தான்; எல்லாம் கடந்து நின்றான். அவனுடைய தாய்த் துறைமுகத்தை அடைவதற்கு, அவனால் முடிந்த அளவு படகை சீராகவும் புத்திசாலித்தனத்துடனும் செலுத்தினான். மேஜை மீது சிதறிய சின்னச்சின்னத் துண்டுகளை

ஏதோ ஒன்று பொறுக்கித் தின்பதுபோல், இரவில் சுறாக்கள் மீனின் சடலத்தைக் கடித்தன. அதை முதியவன் கவனத்தில் எடுக்கவில்லை. படகைச் செலுத்துவது தவிர்த்து வேறு எதையும் அவன் கவனத்தில் கொள்ளவில்லை. இழுத்துச் செல்வதற்குப் படகின் பக்கத்தில் எடை எதுவும் இல்லாததால், படகு எடை குறைந்து எவ்வளவு நேர்த்தியாகச் செல்கிறது என்பதை மட்டுமே கவனித்தான்.

படகு நல்ல நிலையில் இருக்கிறது என்று நினைத்தான். சுக்கானைத் திருப்பும் கட்டை உடைந்ததைத் தவிர, வேறு சேதம் எதுவும் அடையாமல் படகு திடமாக இருக்கிறது. உடைந்த கட்டைக்குப் மாற்றாக எளிதாக புதிய கட்டை ஒன்று வாங்கிக்கொள்ளலாம்.

இப்போது அவன் நீரோட்டத்தில் நுழைந்ததை உணர்ந்தான். கடற்கரை ஓரமாக இருந்த குடியிருப்புகளிலிருந்த விளக்குகளைக் கண்டான். அவன் எங்கு இருக்கிறான் என்பது அவனுக்குத் தெரியும். இங்கிருந்து வீட்டை அடைவது ஒன்றும் கடினமானது இல்லை.

எது எப்படியாயினும், காற்று நமது நண்பன் என்று நினைத்தான். அதன்பின் ‘சில வேளைகளில்’ என்று சேர்த்துக்கொண்டான். மேலும், நமது நண்பர்களையும், எதிரிகளையும் உள்ளடக்கிய பரந்த கடலும் நமது நண்பன்தான். படுக்கையும் கூடத்தான், என்று நினைத்தான். படுக்கை எனது நண்பன்; வெறும் படுக்கை. படுக்கைதான் மிகச் சிறந்த நண்பன். நீ தோற்கடிக்கப்படும் போது, படுக்கைதான் உனக்குச் சிறந்தது, என்று எண்ணினான். அது எவ்வளவு சிறந்தது என்று எனக்கு ஒருபோதும் தெரியாது. மேலும், உன்னை தோற்கடித்தது யார் என்று எண்ணினான்.

“எதுவும் இல்லை” என்று அவன் சத்தமாகச் சொன்னான். “நான் நீண்ட தூரம் கடலுக்குள் சென்றேன்.”

அவன் படகு அந்தச் சின்னத் துறைமுகத்துக்குள் நுழைந்தபோது, டெரஸ் விடுதியின் விளக்குகள் அணைந்திருந்தன. அனைவரும் தூங்குகிறார்கள் என்று அவனுக்குத் தெரியும். காற்றின் வேகம் கொஞ்சம்கொஞ்சமாக அதிகரித்து, இப்போது மிகவும் வேகமாக வீசுகிறது. ஆனால், துறைமுகம் அமைதியாக இருந்தது. பாறைகளுக்குக் கீழே கிடந்த கூழாங்கற்களுக்கு இடையே ஒரு சிறு இடத்தில் படகைச் செலுத்தினான். அங்கே அவனுக்கு உதவ யாரும் இல்லாததால், அவனால் முடிந்த அளவு படகை மேலே இழுத்தான்; அதை ஒரு பாறையில் இணைத்துக் கட்டினான்.

பாய்மரத்தை இறக்கி, துணியைச் சுருட்டி அதனுடன் கட்டினான். பாய்மரத்தைத் தோளில் சுமந்தபடி மேலே ஏறினான். அப்போதுதான் அவன் அவனது களைப்பின் ஆழத்தை உணர்ந்தான். ஒரு நொடி நின்று, பின்னால் திரும்பிப் பார்த்தான். தெரு விளக்கின் பிரதி பலிப்பில் மீனின் பெரிய வால் நேராக உயர்ந்து நிற்பதையும், அது படகின் பின்பக்கத்தில் நீளமாக நீட்டிக்கொண்டிருப்பதையும் பார்த்தான். ஒரு மறைப்பும் இல்லாத நிலையில், பளிச்செனத் தெரிந்த மீனின் வெள்ளை நிற நீண்ட முதுகு எலும்பையும், தலையின் கருத்த திரளையும், அதனுடன் இணைந்த நீண்ட அலகுகளையும், அவற்றிற்கு இடையே இருந்த இடைவெளியையும் பார்த்தான்.

அவன் மீண்டும் மேலே ஏறத் தொடங்கினான்; மேல்மட்டத்தை அடைந்தபோது அவன் கீழே விழுந்தான்; பாய்மரத்தைச் சுமந்த படியே கொஞ்ச நேரம் அப்படியே கிடந்தான். அவன் எழுந்திருக்க முயற்சி செய்தான், அது மிகவும் கடினமாக இருந்தது. அதனால், பாய்மரத்தைத் தோளில் சுமந்தபடி அங்கேயே உட்கார்ந்திருந்தான். அங்கிருந்து சாலையைப் பார்த்தான்; வெகு தூரத்தில் ஒரு பூனை அதன் வேலையைப் பார்த்தபடிச் சென்றதைப் பார்த்தான்; அதன்பின் அவன் சாலையை வெறுமனே பார்த்தான்.

கடைசியாக, அவன் பாய்மரத்தைக் கீழே வைத்தான். அதன்பின் எழுந்து நின்று, மீண்டும் பாய்மரத்தைத் தூக்கி அவன் தோள்களில் சுமந்தபடி சாலையில் நடந்தான். அவனுடைய குடிசையை அடையும் முன்னால், அவன் ஐந்து தடவை உட்காரவேண்டியிருந்தது.

குடிசையின் உள்ளே அவன் பாய்மரத்தைச் சுவரில் சாய்த்து வைத்தான். அந்த இருட்டில் ஒரு தண்ணீர் குப்பியைக் கண்டுபிடித்துக் கொஞ்சம் தண்ணீர் குடித்தான். அப்புறம், அவன் படுக்கையில் படுத்தான். போர்வையை, அவன் தோள்கள் வழியாக முதுகு மற்றும் கால்களை மூடி, படுக்கையில் விரித்திருந்த செய்தித் தாள்கள் மேல் குப்புறப்படுத்துத் தூங்கினான். அவன் கைகள் நேராக வெளியே நீட்டிக்கொண்டிருந்தன; உள்ளங்கைகள் மேல் நோக்கி இருந்தன.

காலையில் சிறுவன் முதியவனின் குடிசையின் வாசல் வழியாகப் பார்த்தபோது, முதியவன் தூங்கிக்கொண்டிருந்தான். பலத்த காற்று வீசியதால் படகுகள் கடலுக்குச் செல்லவில்லை. அதனால், சிறுவன் தாமதமாக விழித்து எழுந்தான். ஒவ்வொரு நாள் காலையிலும் முதியவனின் குடிசைக்கு வந்து வாசலைப் பார்த்துவிட்டுப் போவதை

வழக்கமாகக் கொண்ட சிறுவன், இன்றும் வந்தான்; அவன் முதிய வனின் மூச்சு இயக்கத்தைப் பார்த்தான். அதன்பின் அவனுடைய கைகளைப் பார்த்தான்; பார்த்ததும் அழத் தொடங்கினான். முதிய வனுக்குக் காப்பி கொண்டுவருவதற்காக அவன் குடிசையிலிருந்து அமைதியாக வெளியே போனான். சாலையிலிருந்து கீழே போகும் வழியெல்லாம் அழுதுகொண்டே போனான்.

முதியவனின் படகின் ஒரு பக்கமாக என்ன கட்டப்பட்டிருந்தது என்று பல மீனவர்கள் படகைச் சுற்றி நின்று பார்த்துக்கொண்டிருந் தார்கள். ஒரு மீனவன் கால்சட்டையை மேலே சுருட்டி நிறுத்தி, தண்ணீருக்குள் இறங்கி, ஒரு நீளக் கயிற்றால் மீனின் எலும்புக் கூட்டை அளந்தான்.

சிறுவன் கீழே இறங்கிப் படகிருந்த இடத்துக்குப் போகவில்லை. அதற்கு முன்னால் அங்கு போயிருக்கிறான். அவனுக்காக மற்றொரு மீனவன் படகைப் பாதுகாக்கிறான்.

"அவர் எப்படி இருக்கிறார்?" என்று ஒரு மீனவன் இரைந்து கேட்டான்.

"தூங்கிக்கொண்டிருக்கிறார்" என்று சிறுவன் கத்திச் சொன்னான். அவன் அழுவதை அவர்கள் பார்க்கிறார்கள் என்பதை அவன் பொருட் படுத்தவில்லை. "அவரை யாரும் தொந்தரவு செய்ய வேண்டாம்."

"மூக்கிலிருந்து வால்வரை பதினெட்டு அடி நீளம் இருந்தது" என்று மீனை அளந்த மீனவன் அவனிடம் சொன்னான்.

"அதை நான் நம்புகிறேன்" என்றான் சிறுவன்.

அவன் டெரஸ் ஹோட்டலுக்குச் சென்று ஒரு குடுவை காப்பி கேட்டான்.

"அதிகமாகப் பாலும் சக்கரையும் கலந்து சூடாகக் கொடுங்கள்."

"வேறு ஏதாவது வேண்டுமா?"

"இல்லை. அவரால் என்ன சாப்பிட முடியும் என்று தெரிந்த பிறகு வருகிறேன்."

"என்ன அற்புதமான மீன் அது" என்று ஹோட்டலின் உரிமை யாளர் சொன்னார். "இதுபோல் ஒரு மீன் இங்கு வந்ததே இல்லை. நேற்று நீ கொண்டுவந்த இரண்டு மீன்களுமே சிறப்பானவைதான்."

தடாகம்

"என்னுடைய மீன்கள் எக்கேடும் கெட்டுப் போகட்டும்" என்று சொன்ன சிறுவன் மீண்டும் அழத் தொடங்கினான்.

"உனக்கு ஏதாவது குடிப்பதற்கு வேண்டுமா?" என்று உரிமையாளர் கேட்டார்.

"வேண்டாம்" என்றான் சிறுவன். "சாண்டியாகோவை தொந்தரவு செய்ய வேண்டாம் என்று அவர்களிடம் சொல்லுங்கள். நான் மீண்டும் வருகிறேன்."

"நான் மிகவும் வருத்தப்பட்டேன் என்று அவரிடம் கூறு."

"நன்றி" என்று சிறுவன் கூறினான்.

சிறுவன் சூடான காப்பிக் குடுவையை முதியவன் குடிசைக்குக் கொண்டுபோனான். முதியவன் விழித்து எழும்வரை அவன் பக்கத்திலேயே உட்கார்ந்திருந்தான். ஒரு முறை அவன் விழித்ததுபோல் தோன்றியது. ஆனால், மீண்டும் அவன் ஆழ்ந்து தூங்கினான். காப்பியைச் சூடாக்குவதற்கு விறகு வாங்குவதற்காகச் சிறுவன் சாலையைக் கடந்து சென்றான்.

ஒரு வழியாக முதியவன் விழித்து எழுந்தான்.

"எழுந்து உட்கார வேண்டாம்" என்றான் சிறுவன். "இதைக் குடி." ஒரு தம்ளரில் கொஞ்சம் காப்பி ஊற்றிக் கொடுத்தான்.

முதியவன் அதை வாங்கிக் குடித்தான்.

"அவை என்னைத் தோற்கடித்தன, மனோலின்" என்று அவன் கூறினான். "உண்மையாகவே அவை என்னைத் தோற்கடித்தன."

"அது உன்னைத் தோற்கடிக்கவில்லை. மீன் உன்னைத் தோற்கடிக்க வில்லை."

"இல்லை. உண்மைதான். தோற்கடிக்கப்பட்டது அதற்கு அப்புறம் தான்."

"படகையும் தளவாடங்களையும் பெட்ரிகோ பாதுகாக்கிறான். மீனின் தலையை என்ன செய்யவேண்டும் என்று நினைக்கிறாய்?"

"மீன் பொறிகளில் பயன்படுத்த பெட்ரிகோ அதை வெட்டி எடுத்துக்கொள்ளட்டும்."

"ஈட்டி போன்ற அலகை என்ன செய்வது?"

"நீ விரும்பினால் அதை நீயே வைத்துக்கொள்."

"ஆம். எனக்குத் தேவைப்படுகிறது" என்று சொன்ன சிறுவன், "மற்ற விஷயங்கள் பற்றி நாம் இப்போது தீர்மானிக்க வேண்டும்."

"அவர்கள் என்னைத் தேடினார்களா?"

"நிச்சயமாக. கடலோர காவல்படை மற்றும் விமானங்கள் மூலமாகத் தேடினார்கள்."

"கடல் மிகவும் பெரியது. படகு மிகவும் சிறியது. அதைக் காண்பது கடினம்" என்றான் முதியவன். தனக்குத் தானே பேசுவது, கடலிடம் பேசுவது இவற்றைக்காட்டிலும், உரையாடுவதற்கு ஒரு மனிதன் உடனிருப்பது மனதுக்கு எவ்வளவு உகந்ததாக இருக்கிறது என்பதைக் கவனித்தான். "உன்னை என் மனம் மிகவும் தேடியது, என்றான் அவன். "நீ என்ன பிடித்தாய்?"

"முதல் நாள் ஒன்று, இரண்டாம் நாள் ஒன்று, மூன்றாம் நாள் இரண்டு பிடித்தேன்."

"மிகவும் நல்லது."

"நாம் மறுபடியும் சேர்ந்து மீன்பிடிக்கலாம்."

"வேண்டாம். எனக்கு அதிர்ஷ்டமில்லை. இனி எப்போதும் எனக்கு அதிர்ஷ்டமில்லை."

"அதிர்ஷ்டம் நரகத்துக்குப் போகட்டும்" என்றான் சிறுவன். "நான் என்னுடன் அந்த அதிர்ஷ்டத்தைக் கொண்டுவருகிறேன்."

"உன்னுடைய குடும்பத்தார் என்ன சொல்வார்கள்?"

"அவர்களைப் பற்றி நான் கவலைப்படவில்லை. நான் நேற்று இரண்டு மீன்கள் பிடித்தேன். ஆனால், இப்போது நாம் சேர்ந்து மீன்பிடிப்போம். ஏனென்றால், நான் இன்னும் கற்றுக்கொள்ள வேண்டியவை ஏராளமாக இருக்கின்றன."

"நாம் ஒரு நல்ல எறிவேல் வாங்க வேண்டும். அது எப்போதும் படகிலேயே இருக்க வேண்டும். அதற்கான கத்தியை பழைய ஃபோர்டு வண்டியின் பட்டை வில்லில் இருந்து தயாரிக்கலாம். அதை குவானாபக்கோவா நகரில் கூர்மையாகத் தீட்டலாம். அது கூர்மையாக இருக்க வேண்டும்; ஆனால், விறைப்பாக வேண்டாம், அது உடைந்துவிடும். என்னுடைய கத்தி உடைந்துவிட்டது."

தடாகம் 119

"நான் இன்னொரு கத்தி வாங்குகிறேன்; பட்டை வில்லையும் கூர்மையாக்குகிறேன். இன்னும் எத்தனை நாட்களுக்கு வேகமாகக் காற்று வீசும்?"

"மூன்று நாட்களுக்கு இருக்கலாம். அதிகமாகவும் இருக்கலாம்."

"நான் அனைத்தையும் சரிசெய்கிறேன். நீ உன் கைகளைச் சீராக்கு, ஓல்டு மேன்."

"அவற்றை எப்படிச் சரிசெய்வது என்று எனக்குத் தெரியும். இரவில் வித்தியாசமான ஏதோ ஒன்றைத் துப்பினேன். அப்போது என் மார்பின் உள்ளே ஏதோ ஒன்று உடைந்ததுபோல் இருந்தது."

"அதையும் சீராக்கு" என்றான் சிறுவன். "படுத்துக்கொள், ஓல்டு மேன். உன்னுடைய துவைக்கப்பட்ட சட்டையையும், சாப்பிடுவதற்கு ஏதாவது சாப்பாடும் கொண்டு வருகிறேன்."

"நான் கடலுக்குச் சென்ற நாட்களுக்கான செய்தித்தாள்களையும் கொண்டு வா" என்று முதியவன் சொன்னான்.

"நீ சீக்கிரமாகக் குணம் அடைய வேண்டும். நான் உன்னிடமிருந்து கற்பதற்கு நிறைய இருக்கின்றன. நீ எனக்கு எல்லாவற்றையும் சொல்லிக் கொடுக்க வேண்டும். நீ ரொம்பச் சங்கடப்பட்டாயா?"

"ஏராளம்" என்றான் முதியவன்.

"சரி. நான் சாப்பாடும் செய்தித் தாள்களும் கொண்டுவருகிறேன்" என்ற சிறுவன், "நன்றாக ஓய்வு எடு, ஓல்டு மேன். உன் கைகளுக்கு மருந்துக் கடையிலிருந்து மருந்தும் வாங்கி வருகிறேன்" என்றான்.

"மீனின் தலை அவனுக்கானது என்று பெட்ரிகோவிடம் சொல்ல மறந்துவிடாதே."

"இல்லை. நான் நினைவில் வைத்திருக்கிறேன்."

சிறுவன் வெளியே போனான். கீழே தேய்ந்துபோன பவள பாறை மீது நடந்த போது, அவன் மீண்டும் அழுதுகொண்டிருந்தான்.

அன்று பிற்பகலில் டெரஸ் விடுதியில் சுற்றுலாப் பயணிகளின் விருந்து நடந்தது. அதில் ஒரு பெண் கீழே குனிந்து கடல்நீரைப் பார்த்துக்கொண்டிருந்தாள். துறைமுக நுழைவு வாயிலுக்கு வெளியே, பலமாகத் தொடர்ந்து வீசிய கீழ்த்திசைக் காற்று எழுப்பிய கடல் அலைகளோடு சேர்ந்து, தீர்ந்துபோன பீர் டப்பாக்களும், செத்துப்போன பாராகுடா மீன்களும் ஆடின. அவற்றின் ஊடே

மிகப் பெரிய வாலுடன் ஒரு உயர்தரமான நீண்ட வெள்ளை நிற முதுகெலும்பையும் கண்டாள்.

இப்போது கடல் அலைகளால் வெளியேற்றப்படக் காத்திருந்த கழிவுப் பொருளாகக் கிடந்த அந்த சிறப்பான மீனின் முதுகு எலும்பைச் சுட்டிக்காட்டி, "அது என்ன?" என்று விடுதி ஊழியனிடம் அந்தப் பெண் கேட்டாள்.

"சுறா" என்ற அந்த ஊழியன், "சுறா" என்று அழுத்தமாகச் சொன்னான். என்ன நடந்தது என்பதைக் கூறவும் முனைந்தான்.

"சுறாக்கள் இவ்வளவு வனப்பான, அழகாக வடிவமைக்கபட்ட வால்கள் உடையவை என்பது எனக்குத் தெரியாது."

"எனக்கும் தெரியாது" என்றான் அவளுடைய தோழன்.

சாலைக்கு அப்பாலுள்ள அவனது குடிசையில் முதியவன் மீண்டும் தூங்கிக்கொண்டிருந்தான். இப்பவும் அவன் குப்புறப்படுத்துத் தூங்கிக்கொண்டிருந்தான். சிறுவன் அவனுக்குப் பக்கத்தில் உட்கார்ந்து அவனைக் கண்காணித்துக்கொண்டிருந்தான். முதியவன் சிங்கங்களைப் பற்றி கனவு கண்டுகொண்டிருந்தான்.

★ ★ ★

நூல் அறிமுகம்

போர்கொண்ட காதல் – நாவல் • ஆசிரியர்: எர்னெஸ்ட் ஹெமிங்வே
தமிழில்: ஆயிரம். நடராஜன் • முதற்பதிப்பு: ஜூலை 2023
ISBN: 978-93-93361-74-5 • ரூ. 580

இருபதாம் நூற்றாண்டின் மிகச் சிறந்த எழுத்தாளர்களில் ஒருவராகத் திகழ்ந்த அமெரிக்க எழுத்தாளர் எர்னெஸ்ட் ஹெமிங்வே எழுதி, 1929ஆம் ஆண்டு வெளிவந்த "A Farewell to Arms" என்ற நாவல், அந்த நூற்றாண்டின் புகழ்பெற்ற நாவல்களில் ஒன்றாகக் கருதப்பட்டது. அவரது நாவல்களிலேயே இது தலையானதாகவும் விளங்கியது; அவரைப் புகழின் உச்சியில் நிறுத்தியது, இன்றும் மங்காப் புகழுடன் நீடித்து நிலைத்து நிற்கிறது. அவர் ஒரு வலிமையான அமெரிக்க எழுத்தாளர் என்ற இடத்தை உறுதி செய்தது.

அந்நாவல் 'போர்கொண்ட காதல்' என்ற தலைப்பில் தமிழில் மொழிபெயர்க்கப்பட்டிருக்கிறது.

1914ஆம் ஆண்டு ஜூலை மாதம் 28ஆம் நாள் தொடங்கி 1918ஆம் ஆண்டு நவம்பர் மாதம் 11ஆம் நாள் நிறைவடைந்த மாபெரும் போர் என்று அழைக்கப்பட்ட முதலாம் உலகப் போரின் வரலாறு, நிலப்பரப்புகளை அடிப்படையாகக்கொண்டு A Farewell to Arms என்ற இந்தப் புதினம் புனையப்பட்டுள்ளது. இந்த நாவலின் நாயகன் ஃப்ரெட்ரிக் ஹென்றி நடந்து முடிந்த கதையைச் சொல்வதாக எழுதப்பட்டுள்ளது. 1916-18ஆம் ஆண்டு களுக்கிடையே நான்கு நிலப்பரப்புகளில் நடந்த போரின் நிகழ்வுகள் இந்தக் கதையின் தளங்களாக அமைகின்றன:

1. இத்தாலி, ஆஸ்திரிய-ஹங்கேரி பேரரசுகளிடையே அப் போது எல்லையாக இருந்த ஜூலியன் ஆல்ஃப்ஸ் மலைத் தொடர்.
2. போர்முனையிலிருந்து வெகுதூரத்தில் இருந்த வட இத்தாலி நகரமான மிலன்.
3. மேஜியோர் ஏரியில் இத்தாலி, சுவிட்சர்லாந்து நாடுகளின் எல்லையிலிருந்த சுற்றுலா நகரமான ஸ்ரெசா.
4. சுவிட்சர்லாந்து நாட்டின் ஆல்ஃப்ஸ் மலைப்பகுதியிலிருந்த பல நகரங்களும் கிராமங்களும்.

இந்த நாவலில் எர்னெஸ்ட் ஹெமிங்வே எதிரும் புதிருமான இரண்டு பெரும் பரிமாணங்களை முன்வைக்கிறார் - ஒன்று, போரின் பேரழிவுகளையும், போர்க்காலக் கொடூரங்களையும் வெளிப்படுத்துவது; மற்றொன்று, மென்மையான காதல் உணர்வு களை காலை இளந்தென்றல் வீசுவதுபோல் வர்ணிப்பது. இரண் டையும் அவற்றின் உச்சநிலைகளில் வெளிச்சம் போட்டுக் காட்டு கிறார்.

போர் நாவல் என்ற கோணத்தில் நோக்கினால், முதலாம் உலகப் போரை அடிப்படையாகக் கொண்டு இந்த நாவலுக்கு இணையான வேறு நாவல் இதுவரை எழுதப்படவில்லை. இரண் டாம் உலகப் போரை அடிப்படையாகக் கொண்டு எழுதப்பட்ட, 1. நார்மன் மெய்லரின் 'The Naked and the Dead', 2. ஜோசஃப் ஹெல்லரின் 'Catch-22' ஆகிய இரண்டு அமெரிக்க நாவல்களுக்கு இணையாக இந்த நாவல் கருதப்படுகிறது.

போரில் பங்கேற்க செல்லும் இராணுவ வீரர்களும், கனரக வாகனங்களும், தளவாடங்களைச் சுமந்து செல்லும் கோவேறு கழுதைகளும் அணிவகுத்துச் செல்லும் காட்சிகள் கண்முன்னே விரிவடைகின்றன. அகண்ட திரையில் காண்பதுபோல் விரிவாகச் சொல்லப்படுகின்றன, அருகிலிருந்து பார்க்கும் காட்சிகளாகத் துல்லிய நுணுக்கமான விவரங்களும் கொடுக்கப்பட்டிருக்கின்றன.

எர்னெஸ்ட் ஹெமிங்வே போரைப் போற்றிப் புகழவில்லை. இராணுவம் அதன் வலிமையையும் வீரதீரச் செயல்களை வெளிப்படுத்தும் வாய்ப்பாகப் போரைக் கருதவில்லை என்பதைத் தெள்ளத் தெளிவாகக் காண்பித்திருக்கிறார். போரில் மரணமடைந்தவர்கள் தரையில் குவிக்கப்படுவதும், காயமடைந்தவர்கள் வரிசையாகக் கிடத்தப்படுவதும், கைகால்கள் இழந்தவர்கள் எழுப்பும் கூக்குரல்களும் நெஞ்சை உருக்கும் காட்சிகளாக விவரிக்கிறார்.

ஹெமிங்வே போரை அடியோடு வெறுத்தவர். இத்தாலிய செஞ்சிலுவைச் சங்கம் மூலமாக ஆம்புலன்ஸ் ஓட்டுநராக முதலாம் உலகப் போரில் பங்கெடுத்து போரின் கோரங்களைக் கண்கூடாகக் கண்டு அவற்றை அப்படியே இந்நாவலில் பதிவு செய்திருக்கிறார். ஓய்வாக இருக்கும் நேரத்தில் கதைமாந்தர்கள் சிலர் நடத்தும் உரையாடல்கள் மூலமாகவும் போருக்கெதிரான அவருடைய கருத்துகளைத் தொடர்ந்து வலியுறுத்துகிறார்.

போரில் கிடைக்கும் வெற்றியால் போரை வெல்ல முடியுமா? எதிரி நாட்டின் ஒரு பகுதியைக் கைப்பற்றுவதன் மூலம் அடையும் பயன் என்ன? தொலைவில் இருக்கும் பகுதிகள், நகரங்கள், மலைகள், சமவெளிப்பகுதிகள் அனைத்தையும் கைப்பற்றிவிட முடியுமா? போன்ற பல கேள்விகளை எழுப்பி வாசகர்களின் கவனத்தை ஈர்க்கிறார். போர் தொடர்ந்து நடக்க முடியாது என்கிறார்.

ஒரு நாட்டைத் தன் கட்டுப்பாட்டில் வைத்திருக்கும் அறிவில்லாத ஆதிக்கக் குழுவுக்கு எதைப் பற்றியும் ஒரு தெளிவான புரிதல் கிடையாது என்றும், அவர்களால் ஒருபோதும் புரிந்து கொள்ள முடியாது என்றும், அதனால்தான் இந்தச் சண்டை நடக்கிறது என்றும் சாடுகிறார்.

புனிதமானது, போற்றத்தக்கது, தியாகம் போன்ற சொற்களாலும் பயனற்ற வீண் பெருமை என்ற எண்ணத்தை வெளிப்படுத்தும் சொற்களாலும் தான் கூச்சப்படுவதாகத் தெரிவிக்கிறார். சுவர்களில் ஒன்றன் மீது ஒன்றாக ஒட்டப்படும் பிரகடனங்களில் புனிதமானது எதையும் பார்த்ததில்லை என்றும், மகிமையானதாக அறிவிக்கப்பட்டதில் மகிமையைக் கண்டதில்லை என்றும் தோலுரித்துக் காட்டுகிறார்.

கிராமங்களின் பெயர்கள், ஆறுகளின் பெயர்கள், தெருக்களின் எண்கள், படைப் பிரிவின் எண்கள், தேதிகள் போன்ற வெளிப்படையான சொற்களுடன் ஒப்பிட்டால் மேன்மை, மரியாதை, தைரியம் அல்லது வெறுமை போன்ற கருத்துருவான சொற்கள் ஆபாசங்களாக அடையாளம் கொள்கின்றன என்கிறார்.

ஜெர்மானியர்களை எதிர்த்து நிற்க முடியாத இத்தாலி இராணுவம் கோபரெட்டா போர்முனையிலிருந்து பின்வாங்கிச் சென்ற நிகழ்வை விவரிக்கும் ஹெமிங்வே, இராணுவம் மட்டுமல்லாமல் நாடு முழுவதுமே நகர்ந்து போனது என்று வர்ணித்து வாசர்களுக்கும் அவ்வுணர்வை ஏற்படுத்துகிறார்.

இத்தாலிய இராணுவம் பின்வாங்கிவந்த அவலத்தைப் பற்றிய அவரது துல்லியமான விவரணை இத்தாலிய ஆட்சியாளர்களை ஆத்திரப்படுத்தியதால் நாவல் வெளிவந்தவுடன் இத்தாலியில் அது தடை செய்யப்பட்டது.

இந்த நாவலின் மற்றொரு பரிமாணம் காதல்; மென்மையானது, குழப்பம் எதுவும் இல்லாதது, எளிமையானது, இனிமையானது. மத நம்பிக்கையற்ற ஓர் இளைஞன் அதே கொள்கையுடைய ஓர் இளம் பெண்ணைச் சந்திக்கிறான், அவளை அடைகிறான், இறுதியில் அவளை இழக்கிறான் - அவளோடு தன் மகனையும் இழக்கிறான். இவற்றுக்கிடையே நடக்கும் நிகழ்வுகள், அவை வெளிப்படுத்தும் உணர்வுகள் வாசித்தால் மட்டுமே முழுமையாக உள்வாங்கக்கூடிய காதல் காவியம். இந்த இனிய காதல் காவியம் ஷேக்ஸ்பியரின் 'Romeo and Juliet'க்கு இணையானது என்கிறார்கள் இலக்கிய ஆய்வறிஞர்கள். இரண்டு கதைகளிலும் காதலர்கள் சமூகத்தின் எதிர்ப்பு சக்திகளால் சிதைக்கப்படுகிறார்கள். இந்த நாவலில் ஹென்றியும் கேதரினும் போரினால் சிதைக்கப்படுகிறார்கள்.

கதையின் நாயகி கேதரின் பாக்லி, ஆங்கிலேய நர்ஸ், அழகானவள், அழகிய பொன்னிற நீண்ட கூந்தல் உடையவள், மென்மையானவள், மனமுதிர்ச்சி அடைந்தவள், உறுதி மிக்கவள், தீர்க்க சிந்தனை உள்ளவள், காதலுக்காகவும் காதலனுக்காகவும் தன்னையே கொடுத்தவள், மரணப் படுக்கையிலும் மத நம்பிக்கை யற்றவளாக வாழ்ந்தவள். எந்த நிலையிலும் தன்னம்பிக்கை இழக்காதவள்.

கதையின் நாயகன் ஃப்ரெட்ரிக் ஹென்றி, மதுவிடமும் மங்கை களிடமும் மயங்கி இருப்பவன், மனமுதிர்ச்சியற்றவன், போரில் காயம் அடையும்வரை நாயகியைக் காதலிப்பதாகப் பொய் சொன்னவன், பிறகு உண்மையாகக் காதலிக்க தொடங்கியவன், கதை வளரவளர நாயகியோடு சேர்ந்து மணம் பெற்று மனமுதிர்ச்சி அடைந்தவன், அவளை உண்மையாக நேசிப்பவன்; மத நம்பிக்கை யற்றவனாக இருந்தபோதிலும் காதலி உயிர்பிழைக்க வேண்டி இறைவனிடம் மண்டியிட்டு மன்றாடித் தோற்றவன்.

தொண்ணூற்று நான்கு வயது கிரஃபி கோமானுடன் பில்லி யர்ட்ஸ் விளையாடும்போது அவனுடைய பண்பட்ட பண்பை வெளிப்படுத்தியவன்.

கதையின் முன்பகுதியில் பாக்லியைக் காதலிப்பதுபோல் நடிப்பது சதுரங்க ஆட்டத்தில் காய் நகர்த்துவது போன்றது என்றும், அது பிரிட்ஜ் விளையாட்டு போன்றது, சீட்டுகளுக்குப் பதிலாக சொற்களை வைத்து விளையாடுவது என்றும் சொல் கிறான். ஆனால், கதையின் இறுதிப் பகுதியில் கேதரின் உடல் நிலை மோசமடையும்போது அவள்மீது அவன் கொண்ட ஆழ்ந்த காதலால் மனம் நொந்து விரக்தியில் தனக்குத் தானே பேசுகிறான்; இறைவனிடம் வேண்டுகிறான்.

கேதரினுக்கு ஓர் இரத்தப்போக்கைத் தொடர்ந்து மற்றொரு இரத்தப்போக்கு ஏற்படுகிறது. மருத்துவர்களால் அதை நிறுத்த முடியவில்லை. ஹென்றி அவள் இருந்த அறைக்குள் சென்றான்; கேதரின் இந்த உலகைப் பிரிந்து செல்லும்வரை அவள் அருகி லேயே நின்றான். கடைசிவரை அவள் உணர்வு இழந்த நிலை யிலேயே இருந்தாள்; இறுதி துயிலிடத்தைத் தேடிச் சென்ற அவள் பயணம் அதிக நேரம் நீடிக்கவில்லை.

வாசகர்களின் மனதில் நீங்கா இடம்பிடித்த கேதரின் இறந்தும் வாழ்கிறாள்.

மகனையும் காதலியையும் ஒருசேர இழந்து தன்னந்தனியனாக ஹென்றி மழையில் நனைந்தபடி ஹோட்டலை நோக்கி நடக்கிறான். வாசகர்களின் முழு அன்புக்கும் பாத்தியப்பட்டவனாகிறான்.

இந்த நாவலில் வானிலை மாற்றங்களைச் சில நிகழ்வுகளின் குறியீடுகளாக அடையாளப்படுத்துகிறார் ஹெமிங்வே. பொதுவாக மழை உயிர் வாழ்க்கை மற்றும் வளமையின் அடையாளங்களாக நம்பப்படுகின்றன. ஆனால், இந்த நாவலில் மழையை மரணத்தின் குறியீடாகக் காண்பித்திருக்கிறார். முதல் அத்தியாயத்திலேயே இலையுதிர் காலத்தில் மழை பெய்தது, கஷ்கொட்டை மரங்கள் எல்லாம் இலைகள் உதிர்ந்து நின்றன, கிளைகள் வெறுமையாக நின்றன, மரத்தண்டுகள் மழையில் கருமையாக இருந்தன எனக் கூறுகிறார். அந்த அத்தியாயத்தின் இறுதியில், மழை வந்தது, மழையுடன் காலரா நோயும் வந்தது, அது கட்டுப்படுத்தப்பட்டது, இறுதியில், இராணுவத்தில் ஏழாயிரம் வீரர்கள் மாண்டனர் என்கிறார்.

இக்கதையின் நாயகி கேதரின் மழைக்கு அஞ்சுகிறாள். சில சமயங்களில் மழையில் அவள் செத்துக் கிடப்பதாக, சில சமயங்களில் ஹென்றியும் மழையில் செத்துக் கிடப்பதாகக் காண் பதாகவும் கூறுகிறாள்.

மாறாக, பனிப்பொழிவைப் பாதுகாப்பின் குறியீடாக வெளிப் படுத்துகிறார். இரண்டாவது அத்தியாயத்தில், கனத்த பனிப் பொழிவு மெதுவாகத் தொடங்கியபோது இந்த ஆண்டுக்கான போர் நிறைவடைகிறது என்று எங்களுக்குத் தெரியும் என்று ஹென்றி சொல்கிறான்.

இப்படிக் குறியீடு செய்தது ஹெமிங்வேயின் தனித்துவமான எழுத்துமுறையின் வெளிப்பாடு என கருதப்படுகிறது.

இந்த நாவலின் வெற்றியைத் தொடர்ந்து, **1930**ஆம் அது நாடகமாக்கப்பட்டது. **1930, 1957**ஆம் ஆண்டுகளில் அது திரைப் படங்களாகத் தயாரிக்கப்பட்டது, **1966**ஆம் ஆண்டு தொலைக் காட்சித் தொடராகவும் வெளிவந்தது.